കുത്തിയോട്ടപ്പാട്ടുകൾ
ഒരു പഠനം

ഹരികുമാർ ഇളയിടത്ത്

ബോധി ബുക്സ്
കൊല്ലം - 691 576

Bodhi Books
Nedumpana PO, Kannanalloor
Kollam - 691576, Kerala, India
E-mail: bodhibooks03@gmail.com
Tel: +91 9447304886

KUTHIYOTTAPATTUKAL ORU PADANAM
By Harikumar Elayidath
Folklore/Study/ Malayalam

First Published: May, 2025
Second Edition: June, 2025
Illustrations: Sunil Prem
Photos: Bindu Ragasudha

Typesetting: Bodhi Books
Cover & Book Design:
Chembarathi Creatives

ISBN: 978-81-19770-44-1

Production No. BB-203-2-60-05-25

Printed and bound in India by
Repro Mumbai

മലയാള ഭാഷയിലെ ഏറ്റവും സമ്പന്നമായതും ഭാഷ, ആചാരം, സംസ്കാര പൈതൃകം എന്നിവയ്ക്ക് ഊടും പാവും നൽകി, തന്റേടത്തോടെ നിവർന്നു നിൽക്കാൻ സഹായിച്ചതെങ്കിലും അതി ദൗർഭാഗ്യകരമായി അവഗണിക്കപ്പെട്ട ജനകീയസാഹിത്യ ശാഖ അഥവാ അനുഷ്ഠാന ഗാനശാഖയാണ് 'കുത്തിയോട്ടപ്പാട്ടുകൾ'. വ്യത്യസ്തങ്ങളായ കുത്തിയോട്ടപ്പാട്ടുകളുള്ളവയിൽ കുറേയൊക്കെ സമാഹരിക്കപ്പെട്ടിട്ടുണ്ട്. മധ്യകേരളത്തിന് തെക്കോട്ട് നിരവധി ക്ഷേത്രങ്ങളിൽ വ്യത്യസ്തങ്ങളായ പാഠങ്ങളായും വ്യത്യസ്ത ഗാനങ്ങളായും ആവിഷ്ക്കരിക്കപ്പെടുന്ന കുത്തിയോട്ടപ്പാട്ടുകൾ, അതിസമ്പന്നമായ ഒരു തനത് പൈതൃകത്തിന്റെ തുടർച്ചയും ജീവിതാഭിനിവേശത്തിന്റെ ഉൾത്തുടിപ്പുകളുമാണെങ്കിലും അവ അർഹിക്കുന്ന തരത്തിലുള്ള പരിഗണന ലഭിച്ചിട്ടില്ല. സമാഹരിക്കപ്പെട്ടവ തന്നെ സമഗ്രമായ പഠനത്തിന് വിധേയമായിട്ടുമില്ല. ഈ സാഹചര്യത്തിലാണ് ഹരികുമാർ ഇളയിടത്തിന്റെ ഈ ലഘു ഗ്രന്ഥം പ്രസക്തമാകുന്നത്. കുത്തിയോട്ടപ്പാട്ടുകൾക്ക് പുരാവൃത്തപരമായി വലിയ പ്രാധാന്യമുണ്ട്. അത് അനുഷ്ഠാനമായിത്തന്നെ ഏറ്റെടുത്ത് നടത്തേണ്ട ഒരു അനുഷ്ഠാനരൂപത്തിന്റെ കലാവിഷ്ക്കരണ കേന്ദ്രീകൃതമായ പഠനമാണ്. അത് ചെയ്യാൻ വലിയ ശ്രമം വേണ്ടതുണ്ട്. അതിനൊരു ഗൗരവതരമായ അടിത്തറയിടാൻ കഴിയുമെന്നാണ് ഈ ലഘു പഠനം തെളിയിക്കുന്നത്. വേരറ്റ ഒരു സമൂഹമായി കേരളീയർ മാറാതിരിക്കാൻ ഈ മേഖലയിലെ കൃത്യമായ ഇടപെടൽ സഹായിക്കും.

- ഡോ. ആർ ഗോപിനാഥൻ

ദേശസംസ്കൃതികളെക്കുറിച്ചുള്ള സൂക്ഷ്മാന്വേഷണങ്ങൾ ശ്രദ്ധേയമാവുന്ന സമകാലത്ത് കുത്തിയോട്ടപ്പാട്ടുകളുടെ സവിശേഷപഠനത്തിന് പ്രസക്തി ഏറെയാണ്. കലാപാരമ്പര്യത്തിന്റെ നാടോടിവഴക്കങ്ങളും ആചാരാനുഷ്ഠാനങ്ങളിൽ ഗാനങ്ങൾക്കും ചുവടുകൾക്കും അണിയലുകൾക്കും വിശ്വാസങ്ങൾക്കുമുള്ള ചിട്ടകളും നാടോടിവാങ്മയങ്ങളുടെ സാഹിതീയമായ വിശകലനവും കുത്തിയോട്ടപ്പാട്ടുകളുടെ പഠനത്തെ ആഴമുള്ളതാക്കിയിരിക്കുന്നു. കലാപഠനവും സംസ്കാരപഠനവും പ്രാദേശിക ചരിത്രപഠനവും ഭാഷാശാസ്ത്രപഠനവും ഗാനപാരമ്പര്യവും സാഹിതീയമായ സവിശേഷതകളും സവിസ്തരം വിശകലനം ചെയ്യുന്ന സൂക്ഷ്മ പ്രതിപാദനമാണ് ശ്രീ. ഹരികുമാർ ഇളയിടത്ത് കുത്തിയോട്ടപ്പാട്ടുകളുടെ പഠനത്തിൽ നടത്തിയിരിക്കുന്നത്. നാട്ടറിവു പഠനമേഖലക്കും കലാസംസ്ക്കാരപഠനത്തിനും ഭാഷാസാഹിത്യ കുതുകികൾക്കും ഏറെ പ്രയോജനപ്പെടുന്ന കൃതിയാണിത്.

- ഡോ. നിത്യ പി. വിശ്വം

മലയാള വിഭാഗം മേധാവി, എസ്.എൻ. കോളേജ്, കൊല്ലം

ഹരികുമാർ ഇളയിടത്ത്

ആലപ്പുഴ ജില്ലയിലെ മാവേലിക്കരയിൽ ജനിച്ചു. ചെട്ടികുളങ്ങര പേള ഗുരുമല ഇടയിലെവീട്ടിൽ എൻ. രാധയുടെയും കോമലേഴത്ത് പുല്ലമ്പള്ളിൽ ഭാനുപ്പണിക്കരുടെയും മകൻ.

കാൻഫെഡ് തിരക്കഥ രചനാക്യാമ്പ്, വേളി (1993), ഫെഫ്ക തിരക്കഥാക്യാമ്പ്, എറണാകുളം (2015), ഭാരതീയവിചാരകേന്ദ്രം എഴുത്തുകളരി, തിരുവനന്തപുരം (2005), കേരള സാഹിത്യ അക്കാദമി ഉറൂബ്-ചെറുകാട് കഥ-കവിത ക്യാമ്പ്, പൊന്നാനി (2017), ബാലസാഹിത്യ ഇൻസ്റ്റിറ്റ്യൂട്ട് പുസ്തക രചന ശില്പശാല, പാലക്കാട് (2017) തുടങ്ങിയവയിൽ പങ്കെടുത്തു. ദൂരദർശൻ സംപ്രേഷണം ചെയ്ത ചെറുകോൽപ്പുഴ ഹിന്ദുമത പരിഷത്ത് ശതാബ്ദി ഡോക്യുമെന്ററി (2012), ചെട്ടികുളങ്ങര കുംഭഭരണി, ആറന്മുള വള്ളംകളി, മണ്ണാറശാലക്ഷേത്രം ആയില്യം ഉത്സവം തുടങ്ങിയ തത്സമയ സംപ്രേഷണങ്ങൾക്ക് രചന (പല വർഷങ്ങളിൽ) നിർവഹിച്ചു. യു.എസ്സിൽ നിന്നുള്ള ക്രിസ്ത്യൻ ഡിവോഷണൽ ചാനലായ വേഡ് ടു വേൾഡ്, ജനം ടി.വി എന്നിവയിൽ പ്രോഗ്രാം പ്രൊഡ്യൂസർ ആയിരുന്നു. ആനുകാലികങ്ങളിൽ എഴുതുന്നു. ഭാഷാപോഷിണി, കേളി, സർവ്വീസ്, കരുവറ, ഹിന്ദുവിശ്വ, ജന്മഭൂമി, ഒരുമ തുടങ്ങിയ മുൻനിര ആനുകാലികങ്ങളിലായി കുത്തിയോട്ട സംബന്ധമായ വിഷയങ്ങളിൽ പത്തു ലേഖനങ്ങൾ പ്രസിദ്ധീകരിച്ചിട്ടുണ്ട്. ദൃശ്യമാധ്യമരംഗത്ത് പ്രവർത്തിക്കുന്നു. പ്രാദേശിക ചരിത്രാന്വേഷകൻ.

മംഗളം വാരിക സിൽവർജൂബിലി വർഷത്തിൽ പ്രസിദ്ധീകരിച്ച കർപ്പൂരം ആഴ്ചപ്പതിപ്പ് നടത്തിയ സമസ്യാപൂരണമത്സരത്തിൽ ഒന്നാം സ്ഥാനം (1994). അന്താരാഷ്ട്ര പുസ്തകോത്സവ സമിതിയുടെ കഥാമത്സരത്തിൽ ഒന്നാം സ്ഥാനം(2015). നൂറ്റിയെട്ടാമത് ചെറുകോൽപ്പുഴ ഹിന്ദുമതപരിഷത്തിൽ 'മധ്യതിരുവിതാംകൂറിലെ നവോത്ഥാന നായകന്മാർ' എന്ന വിഷയത്തിൽ യശശരീരനായ ഗാന്ധിയൻ ചിറ്റേടത്ത് ശങ്കുപ്പിള്ളയുടെ സമരജീവിതത്തെ അടയാളപ്പെടുത്തി പ്രബന്ധം അവതരിപ്പിച്ചു (2020 ഫെബ്രുവരി 7). ഭാരതീയവിചാരകേന്ദ്രം തിരുവനന്തപുരം സംസ്കൃതിഭവനിൽ സംഘടിപ്പിച്ചചരിത്ര സെമിനാറിൽ ആറാട്ടുപുഴ വേലായുധപ്പണിക്കരെക്കുറിച്ച് പ്രബന്ധം അവതരിപ്പിച്ചു (2019).

കൊല്ലം ജില്ലയിലെ നെടുമ്പനയിൽ താമസം.

പുസ്തകം: അമ്മ അധിക്ഷേപിക്കപ്പെടുന്നതിലെ മതവും രാഷ്ട്രീയവും (2014), ചെട്ടികുളങ്ങര കുംഭഭരണി: ഓടനാടിന്റെ പൂരോത്സവം (2023), നവോത്ഥാനചരിത്രത്തിലെ അറിയപ്പെടാത്ത ഏടുകൾ (2023).

പങ്കാളി: രാജി എസ്സ്.

മക്കൾ: അനഘ ആർ മനോജ്, ആദികേശവ്. മരുമകൻ: അഖിൽ സുനിൽ

വിലാസം: നെടുമ്പന പി.ഓ, കണ്ണനല്ലൂർ, കൊല്ലം-691576

ഫോൺ: 9061108334, 9447304886. email:elayidam@gmail.com

പ്രസാധകക്കുറിപ്പ്

തിരുവനന്തപുരം മുതൽ കോട്ടയം വരെയുള്ള അഞ്ചു ജില്ലകളിലെ ഭദ്രകാളീ ക്ഷേത്രങ്ങളിൽ നടത്തപ്പെടുന്ന അനുഷ്ഠാനമാണ് കുത്തിയോട്ടം. എങ്കിലും ഓണാട്ടുകരയിൽ ഇതിന് സവിശേഷ പ്രാധാന്യമുണ്ട്. ഓണാട്ടുകരയിലെ ചെട്ടികുളങ്ങര ക്ഷേത്രമാണ് അവയിൽ പ്രമുഖം. പാട്ടുകളും ചുവടുകളും അനുഷ്ഠാനവുമായി ഇണങ്ങിനിൽക്കുന്നു. അവ പരസ്പരം പൂരകവുമാണ്. കുത്തിയോട്ടത്തിന്റെ സാഹിത്യമായ പാട്ടുകളെക്കുറിച്ചുള്ള അനന്യമായ ആലോചനകളാണ് ഈ ചെറുപുസ്തകത്തിന്റെ പ്രധാന സവിശേഷത. ജനകലാപഠനം, സംസ്കാരപഠനം, പ്രാദേശികചരിത്രപഠനം തുടങ്ങിയവയ്ക്ക് ഉപകാരപ്രദമായ ഒട്ടുവളരെ ഉപാദാനങ്ങൾ ഈ പുസ്തകത്തിൽ ഉള്ളടങ്ങിയിരിക്കുന്നു. ഹരികുമാർ ഇളയിടത്താണ് രചയിതാവ്. അഭിമാനത്തോടെ പുസ്തകം കൈരളിക്കു സമർപ്പിക്കുന്നു.

ആമുഖം

'കുത്തിയോട്ടം' എന്ന വാക്ക്, ഓണാട്ടുകരക്കാരുടെ മനസ്സിലേക്ക് കോരി നിറയ്ക്കുന്നത് അനിർവചനീയമായ ഭക്തിയും അഹ്ലാദ പാരവശ്യവുമാണ്. എന്നല്ല, ഓണാട്ടുകരക്കാരുടെ ജീവതാളമാണ് 'കുത്തിയോട്ടം' എന്ന അനുഷ്ഠാനം. ആലപ്പുഴ ജില്ലയിൽ പതിനേഴുക്ഷേത്രങ്ങളിൽ കുത്തിയോട്ടം അനുഷ്ഠാനമായി അരങ്ങേറുന്നുണ്ട്.

കേരളത്തിൽ മറ്റുപലേടത്തും കുത്തിയോട്ടം അനുഷ്ഠാനമായി നിർവ്വഹിക്കപ്പെടുന്നുണ്ടെങ്കിലും നിയതമായ പാട്ടും ചിട്ടവട്ടങ്ങളും ഉടലിന്റെ ആഖ്യാന രൂപമായ മെയ്‌വഴക്കങ്ങളും ചുവടുകളും കൊല്ലം ജില്ല മുതൽ വടക്കോട്ടാണ് തനിമയോടെ പുലർന്നു പോരുന്നത്.

ഇവിടെ, പാട്ടുകളും താനവട്ടങ്ങളും ചുവടുകളും കൂടിച്ചേരുമ്പോഴേ അനുഷ്ഠാനം പൂർണമാവുകയുള്ളൂ. വാക്കിൽനിന്ന് അർത്ഥത്തെ വേർതിരിക്കാൻ കഴിയാത്തതുപോലെ കുത്തിയോട്ടത്തിൽ നിന്ന് പാട്ടുകളെയും ചുവടുകളെയും വേർതിരിച്ചു കാണാനും ഇവിടുത്തുകാർക്ക് സാധ്യമല്ല. എങ്കിലും, മനസ്സിലാക്കാനുള്ള സൗകര്യത്തിനുവേണ്ടി അനുഷ്ഠാനത്തിന്റെ പാട്ടുവഴക്കത്തെ കുത്തിയോട്ടപ്പാട്ടുകൾ എന്നു വ്യവച്ഛേദിക്കാം.

കുത്തിയോട്ടപ്പാട്ടുകളെക്കുറിച്ച് ആദ്യമായി ഒരു പുസ്തകം എഴുതിയത് ഹരിപ്പാട് മോഹനകുമാറാണ്. കേരള സാഹിത്യ അക്കാദമിയാണതു പ്രസിദ്ധീകരിച്ചത് (1998). അനുഷ്ഠാനം, ചടങ്ങുകൾ, പാട്ട്, സവിശേഷതകൾ തുടങ്ങിയവയെല്ലാം സവിസ്തരം അദ്ദേഹം അതിൽ പ്രതിപാദിച്ചു. കുത്തിയോട്ടം എന്ന അനുഷ്ഠാനത്തെ കലാശാലാതലത്തിൽ പഠിക്കപ്പെടേണ്ടതാണെന്ന തോന്നൽ വൈജ്ഞാനിക രംഗത്ത് ഉണ്ടാക്കാൻ ആ പുസ്തകത്തിനു കഴിഞ്ഞു. അതിനു ഫലവുമുണ്ടായി. ഉള്ളൂരടക്കം പല പ്രമുഖ സാഹിത്യ ചരിത്രകാരന്മാരും അതിക്രൂരമാംവിധം അവഗണിച്ച ഈ അനുഷ്ഠാന കലാ

നിർവഹണത്തെ പിൽക്കാല സാഹിത്യ ചരിത്രകാരന്മാർ ഗൗരവത്തോടെ പരിഗണിക്കുന്നതിനും പരിപാലിക്കുന്നതിനും അതിടയാക്കി. ഡോ. കെ.എം ജോർജ്ജ്, പ്രൊഫ. പന്മന രാമചന്ദ്രൻ നായർ, പ്രൊഫ. എരുമേലി പരമേശ്വരൻപിള്ള എന്നിവരുടെ സാഹിത്യ ചരിത്രങ്ങൾ അതിനു തെളിവാണ്. എന്നല്ല, 'ലക്ഷണ യുക്തമായ കുത്തിയോട്ടപ്പാട്ടുകൾ എഴുതിയ ആദ്യകവി' എന്ന പേരിനർഹനായ മീനത്തതിൽ കേശവപിള്ള ആശാന്റെ പേര് ആദ്യമായി ഒരു സാഹിത്യ ചരിത്രത്തിൽ ഇടംപിടിക്കുന്നതിനും അതു കാരണമായി. 'സാഹിത്യ ചരിത്രം കാലഘട്ടങ്ങളിലൂടെ' എന്ന പുസ്തകത്തിലൂടെ ഓണാട്ടുകരക്കാരൻ കൂടിയായ പ്രൊഫ. എരുമേലി പരമേശ്വരൻപിള്ളയാണ് ആശാനെ അർഹിക്കുന്ന ആദരവോടെ സാഹിത്യ ചരിത്രത്തിലേക്ക് ആനയിച്ചത്.

ഹരിപ്പാട് മോഹനകുമാറിനെ തുടർന്ന് പ്രദീപ്കുമാർ ജി സങ്കലനം നിർവഹിച്ച, 'കുത്തിയോട്ടം പൊരുളും അനുഷ്ഠാനവും' (മൊഴി ബുക്സ്, എണ്ണയ്ക്കാട്, 1997), ഡോ. സജിത് ഏവൂരേത്ത് എഴുതി, കേരള ഭാഷാ ഇൻസ്റ്റിട്യൂട്ട് പ്രസിദ്ധീകരിച്ച 'കുത്തിയോട്ടം ആദിമ ഗോത്രത്തിന്റെ ദ്രാവിഡ വിശുദ്ധി' (2013) എന്നിവ പുറത്തുവന്നു. അനുഷ്ഠാനത്തെക്കുറിച്ചും പാട്ടുകളെക്കുറിച്ചും മൗലികവും കുലീനവുമായ ഉൾക്കാഴ്ച്ചകൾ അവ പങ്കുവെച്ചു. രണ്ടും ഉജ്ജ്വല രചനകൾ. കുത്തിയോട്ടപ്പാട്ടുകളുടെ കുലപതിയായ മീനത്തതിൽ കേശവപിള്ള ആശാന്റെ ലഘുജീവചരിത്രം ഉൾപ്പെടുത്താനായതാണ് ഡോ. സജിത് ഏവൂരേത്തിന്റെ പുസ്തകത്തിന്റെ വരിഷ്ഠഗുണങ്ങളിൽ ഒന്ന്.

എന്നാൽ, കുത്തിയോട്ട പാട്ടുകളെക്കുറിച്ച് മേൽ പറഞ്ഞ പുസ്തകങ്ങളിൽ പ്രതിപാദിക്കാതെപോയ ചില ആലോചനകളാണ് ഈ പുസ്തകം പങ്കുവെയ്ക്കുന്നത്. ഭക്തിപരം, സാമൂഹികം എന്നിങ്ങനെ രണ്ടു വിഭാഗമായാണ് മോഹനകുമാർ പാട്ടുകളെ വിഭജിക്കുന്നത്. മറ്റുള്ളവരും അതുതന്നെ ആവർത്തിക്കുന്നു. എന്നാൽ, അനുഷ്ഠാനപ്പാട്ടുകളുടെയും നാടൻ പാട്ടുകളുടെയും പൊതുപാരമ്പര്യം ഈ പാട്ടുകളിൽ കാണാം. അത്തരം പൊടിപ്പുകളെയാണ് ഇവിടെ എടുത്തുകാണിക്കാൻ ശ്രമിക്കുന്നത്. ഒപ്പം, കുത്തുക, ഓടുക എന്നീ പദങ്ങളെ മുൻനിർത്തിയുള്ള കുത്തിയോട്ടത്തിന്റെ നിലവിലുള്ള നിർവചനത്തിന്റെ പരിമിതിയെയും അതിന്റെ പിരിവുകളെയും ആനുഷംഗികമായി സൂചിപ്പിക്കാനും ശ്രമിച്ചിട്ടുണ്ട്.

കുത്തിയോട്ടത്തിന്റെ വിവിധ മേഖലകളെക്കുറിച്ച് ഇതിനകം,

കേരള സംഗീത നാടക അക്കാദമി മുഖപത്രമായ കേളി, ഗവേഷണ ത്രൈമാസികയായ കോഴിക്കോടുനിന്നുള്ള കരുവറ, എൻ.എസ്സ്. എസ്സ്. മുഖപത്രം സർവ്വീസ് ദ്വൈവാരിക, ഹിന്ദുവിശ്വ, ഒരുമ, ജന്മ ഭൂമി, ഭാഷാപോഷിണി തുടങ്ങിയ, കേരളത്തിലെ മുൻനിര പ്രസി ദ്ധീകരണങ്ങളിൽ ഏതാനും വർഷങ്ങൾക്കിടയിൽ പത്തു ലേഖന ങ്ങൾ പ്രസിദ്ധീകരിക്കാൻ കഴിഞ്ഞിട്ടുണ്ട്.

'കുത്തിയോട്ടപ്പാട്ടുകൾ ഒരു പഠനം' എന്നപേരിൽ ഭാഷാപോ ഷിണിയിൽ പ്രസിദ്ധീകരിച്ച ലേഖനത്തിന്റെ (മാർച്ച്, 2025) പരി ഷ്കൃതരൂപമാണ് ഈ പുസ്തകം.

കുത്തിയോട്ടത്തിന്റെ ജനകീയ മുഖമായ കുമ്മികളെക്കുറിച്ച് ഇതിൽ സൂചിപ്പിച്ചിട്ടില്ല. അത് മറ്റൊരു വിഷയമായി കേളിയിലെ ലേഖനത്തിൽ (ഫെബ്രുവരി-മാർച്ച്, 2025) പരിചരിക്കപ്പെട്ടിരുന്നു. സ്ഥല പരിമിതി കാരണമാണ് പ്രസ്തുത ലേഖനം ഇതിൽ ഉൾപ്പെടു ത്താൻ കഴിയാതെപോയത്. എല്ലാ ലേഖനങ്ങളും ചേർത്ത് കുത്തി യോട്ടാനുഷ്ഠാനത്തെക്കുറിച്ച് പ്രസിദ്ധീകരിക്കുന്ന പുസ്തകത്തിൽ അവ ഉൾപ്പെടുത്താമെന്ന് ആശിക്കുന്നു.

ആശാന്മാരായ രാധാകൃഷ്ണൻ കുര്യാത്തി, ഡി. നാരായണ പിള്ള, സനൽകുമാർ ഏവൂരേത്ത്, ശശികുമാർ കൈപ്പള്ളിൽ, ജി. ഗോപകുമാർ തുടങ്ങിയവരാണ് പാട്ടുകളെക്കുറിച്ചുള്ള സംശയനി വൃത്തിയും, പലപ്പോഴും, ശരിയായ പാഠങ്ങളും പകർന്നു തന്നത്. പ്രാദേശിക ചരിത്രകാരന്മാരായ ശ്രീ. വെള്ളനാട് രാമചന്ദ്രൻ, ശ്രീ. അജിത് കിളിയൂർ, പ്രൊഫ. ഉത്തരംകോട് ശശി എന്നിവരാണ് കു ത്തിയോട്ടത്തിന്റെ വിഭാഗങ്ങളെക്കുറിച്ചുള്ള അറിവു പകർന്നത്.

പ്രസിദ്ധീകരിക്കപ്പെട്ട എന്റെ ലേഖനങ്ങൾ വായിച്ച് അഭിപ്രായ മറിയിച്ച ഡോ. ആർ. ഗോപിനാഥൻ, ഡോ. നിത്യ പി. വിശ്വം, ഡോ. ശിവദാസൻപിള്ള, നിരൂപകൻ ശ്രീ. എം.കെ. ഹരികുമാർ, ഡോ. മധു ഇറവങ്കര, ശ്രീ. വി.പി. ജയചന്ദ്രൻ, ശ്രീ. ചേപ്പാട് രാജേന്ദ്രൻ എന്നിവരുടെ സ്നേഹത്തിനും കരുതലിനും നന്ദി.

ആശ്രയിച്ച പുസ്തകങ്ങൾ, പ്രസിദ്ധീകരണങ്ങൾ സംബന്ധി ച്ച വിവരങ്ങൾ തുടങ്ങിയവ കുറിപ്പുകളിൽ ഉൾപ്പെടുത്തിയിട്ടുള്ളതി നാൽ പ്രത്യേകമായി നൽകിയിട്ടില്ല.

എല്ലാവർക്കും നന്ദി.

ഹരികുമാർ ഇളയിടത്ത്

കുത്തിയോട്ടപ്പാട്ടുകൾ ഒരു പഠനം

ഓരോ പ്രദേശത്തെയും അധിദേവതകളായ അമ്മമാരെ പ്രസാദിപ്പിച്ച് ഈതി- ബാധകളൊഴിപ്പിക്കാനും സമ്പൽ സമൃദ്ധി നേടാനുമാണ് അനുഷ്ഠാനങ്ങൾ പലതും ഉത്സവമായി ആഘോഷിച്ചിരുന്നത്. അത്തരം അനുഷ്ഠാനങ്ങളിൽ പ്രധാനമായ ഒന്നാണ് കുത്തിയോട്ടം. ഉർവ്വരതാ പ്രധാനമായ ഒരനുഷ്ഠാനമാണ് ഇത്. തിരുവനന്തപുരം മുതൽ കോട്ടയം വരെയുള്ള അഞ്ചു ജില്ലകളിൽ ഈ അനുഷ്ഠാനം നിലനിൽക്കുന്നു(1). ഭദ്രകാളി ക്ഷേത്രങ്ങളിലണ് ഈ അനുഷ്ഠാനം അരങ്ങേറുന്നത്(2). ബലി പ്രതീകമായ ചൂരൽ മുറിയൽ എന്ന ഭക്തിനിർഭരമായ ചടങ്ങാണ് ഇതിൽ പ്രധാനം. ഒരു തമിഴ് കുമ്മിയിൽ ഇക്കാര്യം വ്യക്തമാക്കുന്നതിങ്ങനെയാണ്:

'കാളിയമ്മനുകുത്തിയോട്ടം, കൊടും
കാളിയമ്മനുരത്തവെലി
വീരകാളിക്കുരത്തവെലി, രുദ്ര
കാളിക്കാളുവെട്ടിവ്വെലിയാം'(3)

തട്ടിയോട്ടം(4), പണ്ടാരയോട്ടം(5), കുത്തിയോട്ടം* എന്നിങ്ങനെ ഓട്ടം മൂന്നു വിധത്തിലുണ്ട്. ആദ്യത്തേതു രണ്ടും തിരുവനന്തപുരം ജില്ലയിലെ ഏതാനും ക്ഷേത്രങ്ങളിൽ മാത്രമായി പരിമിതപ്പെട്ടിരിക്കുന്നു.

കുത്തുക, ഓടുക എന്നിങ്ങനെ പദവിഭജനം നടത്തിയാണ് 'കുത്തിയോട്ട'മെന്ന പദത്തിത്തിന്റെ പൊരുളടക്കം നിർവ്വചിക്കപ്പെട്ടിരിക്കുന്നത്. അതുപ്രകാരം, കുത്തുക എന്നത് ചൂരൽമുറിയൽ കർമ്മത്തെയും (ritual) ഓടുക എന്നത് ക്ഷേത്രത്തിലേക്ക് വേഗത്തിൽ പോവുക എന്നതിനെയും കുറിക്കുന്നതായാണ് വ്യാഖ്യാനം. എന്നാൽ, ഓട്ടം എന്ന പദത്തെ run / running ആയി മനസിലാക്കിയതു മൂലമുള്ള പിഴവാണ് ഇത്തരമൊരു പരികല്പനയ്ക്കു കാരണം.

---

* കുത്തിയോട്ടം എന്ന പേരിലാണ് ഇപ്പോൾ ഈ അനുഷ്ഠാനത്തിനു പ്രസിദ്ധി.

ഓട്ടം എന്ന പ്രാചീനപദത്തിന് ബാധയൊഴിപ്പിക്കൽ കർമ്മം എന്നാണർത്ഥം. ബാധയൊഴിപ്പിക്കുന്നവൻ ആതിനാലാണ് കണിയാനെ ഓട്ടൻ എന്നു പറയുന്നത്. അങ്ങനെ നോക്കുമ്പോൾ, ചൂരൽ മുറിയുന്ന കർമ്മത്തിലൂടെ കുട്ടികളുടെയും സമൂഹത്തിന്റെയും ഈതി ബാധകളെ- മരണകാരണമായ പ്രകൃതിക്ഷോഭങ്ങൾ, പകർച്ച വ്യാധികൾ അടക്കമുള്ള രോഗ ദുരിതങ്ങളെ-ഒഴിപ്പിക്കുന്നതിനാലാണ് ഈ അനുഷ്ഠാനത്തിന് കുത്തിയോട്ടം എന്ന പേരുണ്ടായത് എന്നു മനസ്സിലാക്കാം.

'അനുഷ്ഠാന കലകൾക്കും നാടോടികലകൾക്കും തമ്മിൽ നിലനിന്നിരുന്ന 'ആത്മീയബന്ധ'ത്തെ അനുസ്മരിപ്പിക്കുന്നതാണ് കുത്തിയോട്ടം' എന്നാണ് ഡോ. എം. ജി ശശിഭൂഷൻ നിരീക്ഷിക്കുന്നത്.* ഒരേസമയം അനുഷ്ഠാനകലയും നാടൻ കലയുമാണ് കുത്തിയോട്ടം.

വ്രതാനുഷ്ഠാനങ്ങളോടെ ചൂരൽ മുറിഞ്ഞശേഷം, ക്ഷേത്രത്തെ വലംവെച്ച് തിരുനടയിൽ നാക്കിലയിൽ തേച്ച് രക്തം സമർപ്പണം ചെയ്യുന്നതും ചുവടുകൾ ചവിട്ടുന്നതുമാണ് കുത്തിയോട്ടത്തെ അനുഷ്ഠാന കലയായി പരിഗണിക്കുന്നതിന് അടിസ്ഥാനം.

ആദിചീരുകളെന്നറിയപ്പെടുന്ന വായ്ത്താരികളുടെ അഥവാ നിയതമായ താളവട്ടത്തിന്റെ അടിസ്ഥാനത്തിൽ അനുഗ്രഹീതരായ നാട്ടു കവികൾ കെട്ടി ഒരുക്കുന്ന വാങ്മയങ്ങളാണ് -പല കാലത്ത്, പലരാൽ രചിക്കപ്പെട്ട പാട്ടു വഴക്കങ്ങളാണ്- ഇതിനെ നാടൻ കലയായി നിലനിർത്തുന്നത്.

പാട്ടും ചുവടും കുത്തിയോട്ടത്തിനുണ്ട്. പാട്ടിനനുസരിച്ചാണ് ചുവട്. ഇവ പരസ്പരം പൂരകമാണ്. പാട്ടിന്റെ താളം മുറുകുന്നതനുസരിച്ച് ചുവടുകൾക്ക് ചടുലതയേറും. ദ്രുതം, അതിദ്രുതം എന്നീ പ്രധാന കാലാംശങ്ങളിലാണ് പാട്ടും കളിയും പുരോഗമിക്കുന്നത്. കളരിപ്പയറ്റിന്റെ ചലനാത്മകതയും നാടോടി നാടകത്തിന്റെ സൗന്ദര്യവും കുത്തിയോട്ടത്തെ ആകർഷകമാക്കുന്നു. സാഹിത്യം (literature), താളവാദ്യങ്ങൾ (orchestra) നൃത്തം (dance), ഗാനം (song), സംഗീതം (music), അലങ്കാരം (grooming), അഭ്യാസം (practice), അവതരണം (perfomance) ഇവയുടെ സമഞ്ജസമായ മേളനം കുത്തിയോട്ടത്തെ അനന്യമായ ഒരു കലയായി മാറ്റുന്നു.

പാട്ടുകളാണ് കുത്തിയോട്ടത്തിനു ജീവൻ നൽകുന്നത്. പാട്ടു

---

* കുത്തിയോട്ടപ്പാട്ടുകൾ, ഭദ്രൻ ചെട്ടികുളങ്ങര,
അവതാരിക - പേജ് 7, 2007

കൾക്ക് താനവട്ടമെന്നറിയപ്പെടുന്ന വായ്ത്താരികളുണ്ട്. നാടൻ പാട്ടുകളുടെ സവിശേഷതയായ കവിക്കെട്ട് (oral composition) അഥവാ 'ആദിചീര്' ആണിത്. കുത്തിയോട്ടപ്പാട്ടുകൾക്ക് ഒരു നിയതമായ ഘടന (structure) നൽകുന്ന ഘടകമാണിത്. നാടൻപാട്ടു പാരമ്പര്യത്തിന്റെ പച്ചപ്പായി ഇതിനെ കരുതാം. ഇത്തരം വായ്ത്താരികളെ പിൻപറ്റിയാണ് പാട്ടുസാഹിത്യം രചിക്കപ്പെട്ടിരിക്കുന്നത്.

കവിക്കെട്ട് ഓരോ പ്രാചീനഭാഷയ്ക്കും വംശീയ ഭാഷയ്ക്കുമുണ്ട്. യുദ്ധം, മരണം, അംഗലാവണ്യം, പ്രകൃതി എന്നിവയെയെല്ലാം ആഖ്യാനം ചെയ്യാൻ ഓരോ ഫോർമുലപോലെ പാട്ടിലെ കവിക്കെട്ടുകളെ ഉപയോഗപ്പെടുത്താം. ശബ്ദത്തിന്റെ അടിസ്ഥാനഘടകവും ചലനത്തിന്റെ അടിസ്ഥാന ഘടകവും സാർവ്വ ലൗകികമാണ്. അതിനാൽ താളം സാർവ്വലൗകികമാകുന്നു. സംഗീതത്തിലും നൃത്തത്തിലും പ്രാദേശികതയോടൊപ്പം താളം എന്നുമുണ്ട്.

കുത്തിയോട്ടപ്പാട്ടുകളെന്നറിയപ്പെടുന്ന ഈ വാങ്മയങ്ങളെക്കുറിച്ച് അധികം ആലോചനകൾ ഉണ്ടായിട്ടില്ല. ഒരു സാഹിത്യരൂപമെന്ന നിലയിൽ കുത്തിയോട്ടപ്പാട്ടുകളെയും അവയുടെ സവിശേഷ ചൈതന്യത്തെയും മനസ്സിലാക്കാനാണ് ഈ പ്രബന്ധത്തിലൂടെ പരിശ്രമിക്കുന്നത്.

കാലവും പഴക്കവും

കുത്തിയോട്ടത്തിന്റെ അനുഷ്ഠാന വിശേഷങ്ങൾക്ക് പ്രാധാന്യം കൊടുത്തു കൊണ്ടുള്ള ആഖ്യാന സമീപനങ്ങളാണ് നിലവിലുള്ളത്. അതിനാൽ തത് കർത്താക്കൾ ഈവക പാട്ടുകൾക്ക് എന്തെങ്കിലും സവിശേഷ പ്രാധാന്യം നൽകിയിട്ടില്ല. എന്നല്ല, ഈ പാട്ടുകളുടെ ചരിത്ര പ്രാധാന്യത്തെയോ സാഹിത്യ മൂല്യത്തെയോ ഒട്ടും പരിഗണിച്ചിട്ടുമില്ല. അതിനാൽത്തന്നെ കുത്തിയോട്ടപ്പാട്ടുകളുടെ പഴക്കത്തെക്കുറിച്ചും കാര്യമായ പര്യാലോചനകൾ ഇതിനകം ഉണ്ടായിട്ടില്ല.

ഈ പാട്ടുകൾക്ക് നാനൂറുവർഷത്തോളം പഴക്കം ഉണ്ടെന്നാണ് സാമാന്യമായ ഒരു നിഗമനം. വരിഷ്ഠകവി മീനത്തതിൽ കേശവപിള്ളയുടെ ദേവിമാഹാത്മ്യം, ഹരിഹരപുത്രോൽപ്പത്തി എന്നീ കൃതികളുടെ പുന:പ്രകാശന പതിപ്പിന്റെ (2009) ആമുഖത്തിലാണ് ഇങ്ങനെ എഴുതി കാണുന്നത്. എന്നാൽ, ഇത്രയും പഴക്കമുള്ള പാട്ടുകൾ ലഭ്യമല്ലെന്നും ആമുഖപഠനത്തിൽ രാമപുരം രാധാകൃഷ്ണൻ സമ്മതിക്കുന്നുണ്ട്. 'ഗ്രന്ഥം മൂന്നു പകർത്തിയവയേ ലഭ്യമായിട്ടുള്ളൂ' എന്നാണ് അദ്ദേഹത്തിന്റെ പക്ഷം. ആദ്യകാലത്തുണ്ടായ പാട്ടുകൾ കാലാനുസൃതമായ കൂട്ടിച്ചേർക്കലുകൾക്കും പദ നവീകരണത്തിനും വിധേയമായതിനാൽ തനിമ നഷ്ടപ്പെട്ട് കാലഗണന അസാധ്യമാക്കിയിട്ടുണ്ടെന്നാണ് അദ്ദേഹം വാദിക്കുന്നത്.(6)

എന്നാൽ, ഇന്നു ലഭ്യമായതും പരക്കെ പ്രചാരമുള്ളതുമായ പാട്ടുകൾ പരിശോധിച്ചാൽ അവയ്ക്ക് കഷ്ടിച്ച് നൂറോ നൂറ്റമ്പതോ വർഷത്തെ പഴക്കമേയുള്ളൂവെന്ന് സമ്മതിക്കേണ്ടി വരും. കാരണം, നാനൂറു വർഷത്തിനിപ്പുറമുള്ള രചയിതാക്കളുടെ പേരിലാണ് അവയൊക്കെ അടയാളപ്പെട്ടിരിക്കുന്നത്. എന്നല്ല, അവയിലെ ഭാഷയും പ്രയോഗങ്ങളും പത്തൊമ്പതാം നൂറ്റാണ്ടിനപ്പുറത്തേക്കു തലനീട്ടുന്നുമില്ല. വസ്തുനിഷ്ഠമായി പാട്ടുകളെ വിലയിരുത്തിയിട്ടുള്ളവർ ഇക്കാര്യം രേഖപ്പെടുത്തിയിട്ടുമുണ്ട്. പാട്ടുകളെക്കുറിച്ച് കാര്യമായ

ആലോചനകൾ പങ്കുവെച്ച, 'കുത്തിയോട്ടം പൊരുളും അനുഷ്ഠാനവും' എന്ന പുസ്തകത്തിൽ ഇപ്രകാരം നിരീക്ഷിക്കുന്നു: 'ലഭ്യമായ കുത്തിയോട്ടപ്പാട്ടുകൾക്ക് പ്രാചീനത അവകാശപ്പെടാനാവില്ല. അവയിലെ ഭാഷ താരതമ്യേന ആധുനികമാണ്. തമിഴ്ച്ഛായയുള്ള പദങ്ങളുണ്ടെങ്കിലും മണിപ്രവാള ശൈലിയും ധാരാളമുണ്ട്. വായ്ത്താരികളുടെ ആവർത്തനമാണ് പലപാട്ടുകൾക്കും പ്രാചീന സ്വഭാവം നൽകുന്നത്'.(7)

ഗ്രാമീണകവികളുടെ കീർത്തന സാഹിത്യം

വാഴ്ത്തപ്പെടാത്ത ഗ്രാമീണകവികളുടെ കീർത്തന സാഹിത്യമാണ് കുത്തിയോട്ടപ്പാട്ടുകൾ. നാട്ടാശാന്മാരായ ഭക്തകവികൾ എഴുതിയതോ, പറഞ്ഞു കൊടുത്ത് പഠിച്ച്, പാടിപ്പതിഞ്ഞതോ ആണ് കുത്തിയോട്ടപ്പാട്ടുകളിലധികവും[8]. അജ്ഞാത നാമാക്കളായ കവികളുടെ സംഭാവനകളും തൂലികാ വിലാസവും കുത്തിയോട്ടപ്പാട്ടുകളിലുള്ളതായും വിഖ്യാത ജനകലാപഠിതാവും നാടൻകലാചിന്തകനുമായ ജി. ഭാർഗ്ഗവൻപിള്ള കരുതുന്നു.

നമ്മുടെ പാട്ടു സാഹിത്യത്തിന്റെ മഹാപാരമ്പര്യത്തിൽ ഉൾപ്പെടുത്തിയാണ് സാഹിത്യ ചരിത്രകാരന്മാർ ഉൾപ്പെടെയുള്ള പണ്ഡിതന്മാർ കുത്തിയോട്ടപ്പാട്ടുകളെ വിലയിരുത്തിയിട്ടുള്ളത്. എങ്കിലും, 'പാട്ടു സാഹിത്യം എന്ന നിലയിൽ കുത്തിയോട്ടപ്പാട്ടുകളുടെ പ്രാധാന്യത്തെയും കാവ്യഗുണങ്ങളെയും കുറിച്ച് ഏറെ പരാമർശങ്ങളില്ല. സാഹിത്യ ചരിത്രങ്ങളിലാകട്ടെ പലവകപ്പാട്ടുകളുടെ കൂട്ടത്തിൽ പരാമർശിച്ചുപോവുക മാത്രമാണ് ചെയ്തിട്ടുള്ളത്[9] എന്നിങ്ങനെയുള്ള പരിഭവങ്ങൾക്ക് അടിസ്ഥാനമുണ്ട്. കേരള സാഹിത്യ ചരിത്രകാരനായ ഉള്ളൂരും[10], കേരള ഭാഷാസാഹിത്യ ചരിത്രകാരനായ ആർ. നാരായണപ്പണിക്കരും നേരത്തേ പറഞ്ഞ നിലയിലാണ് കുത്തിയോട്ടപ്പാട്ടുകളെ പരിഗണിച്ചിരിക്കുന്നത്[11]. എന്നാൽ, നാടൻപാട്ടുകളെയും അനുഷ്ഠാന പാട്ടുകളെയും ആദ്യകാല സാഹിത്യ ചരിത്രകാരന്മാരേക്കാൾ, പിൽക്കാല പണ്ഡിതന്മാരാണ് സവിശേഷമായി പരിചരിച്ചിട്ടുള്ളത്. ഡോ. കെ. എം ജോർജ്ജ്, പ്രൊഫ. എരുമേലി പരമേശ്വരൻപിള്ള, പ്രൊഫ. പന്മന രാമചന്ദ്രൻ നായർ തുടങ്ങിവരുടെ കാലമായപ്പോഴേക്കും സാഹിത്യ ചരിത്രങ്ങളിൽ കുത്തിയോട്ടപ്പാട്ടുകളെ പ്രാധാന്യത്തോടെ പഠിക്കപ്പെടുന്ന സാഹചര്യം ഉണ്ടായിട്ടുണ്ട്.

നമ്മുടെ, പാട്ടുവഴക്കത്തിൽ; ദേവതോപാസന, ആരാധന,

അനുഷ്ഠാനച്ചടങ്ങുകൾ, ബലി കർമ്മാദികൾ, മതപരമായ സംസ്കാര ചടങ്ങുകൾ, മന്ത്രവാദ ചടങ്ങുകൾ, ഉച്ചാടന ചടങ്ങുകൾ, അനുഷ്ഠാനകലാ നിർവ്വഹണം തുടങ്ങിയ സാഹചര്യങ്ങളിൽ പാടുന്ന പാട്ടുകളുണ്ട്. അത്തരം പാട്ടുകളെ അനുഷ്ഠാനപ്പാട്ടുകൾ എന്ന വിഭാഗത്തിലാക്കിയാണ് വിഖ്യാത ജനകലാ പണ്ഡിതനായ ഡോ. എം. വി വിഷ്ണുനമ്പൂതിരി പരിചയപ്പെടുത്തുന്നത്[12]. 'പാവന ഗീതങ്ങൾ' എന്നാണ് ഡോ. പയ്യനാട് രാഘവൻ ഇത്തരം പാട്ടുകളെ വിശേഷിപ്പിക്കുന്നത്[13]. ആ നിലയ്ക്ക് കുത്തിയോട്ടത്തിന്റെ പാട്ടുകളെയും അനുഷ്ഠാനപ്പാട്ടുകളായോ പാവന ഗീതങ്ങളായോ ആണ് പുതുകാല പഠിതാക്കൾ മനസിലാക്കുകയും വിലയിരുത്തലിനു വിധേയമാക്കുകയും ചെയ്തിട്ടുള്ളത്.

ആദ്യകാലത്ത് കുത്തിയോട്ടാനുഷ്ഠാനത്തിൽ നിയതമായ പാട്ടുകൾ ഉപയോഗിച്ചിരുന്നില്ലെന്നതിനു തെളിവുകളുണ്ട്. തമിഴ്നാട്ടിലെ കൊല്ലങ്കോടുമുതൽ തിരുവനന്തപുരത്തെ ആറ്റുകാൽ വരെയുള്ള ക്ഷേത്രങ്ങളിൽ ഇക്കാലത്തുപോലും അനുഷ്ഠാനത്തിന്റെ ഭാഗമായി പാട്ടുകൾ ഉപയോഗത്തിലില്ല. എന്നല്ല, ചുവടുകളും അവിടെ പഥ്യമല്ല. വെള്ളനാട് തുടങ്ങിയ ചില പ്രദേശങ്ങളിൽ 'ഓട്ട'ത്തിനിടയിൽ വ്രതമെടുത്ത കുട്ടികളുടെ ചുറ്റും കൂടിനിന്ന് കൈകൾകൊട്ടി ആളുകൾ താളാത്മകമായി ചില പാട്ടുകൾ പാടുന്നുണ്ട്. എന്നാൽ ഇവയ്ക്ക് നിയതമായ ഒരു ഘടനയോ ആദി-മധ്യാന്തപ്പൊരുത്തമോ സാഹിത്യ സ്വരൂപമോ ഇല്ല. താളത്തിനൊപ്പിച്ച് ഒരാൾ പാടുന്ന വരികൾക്കു ബാക്കിയെന്നോണം അടുത്തയാൾ പൂരണം നൽകുന്നു. അതിൽ കവിത്വമോ ഭാഷാപരമായ പടുത്വമോ നിഴലിക്കുന്നില്ല. ശബ്ദത്തിന്റെയും താളത്തിന്റെയും ക്രമബദ്ധമായ നിർവ്വഹണം മാത്രമാണ് അത്തരം പാട്ടുകൾ. ഒരാശയത്തിന്റെ പൂർണ്ണത അവയ്ക്കവകാശപ്പെടാനില്ല. ഉദാഹരണത്തിന്, തിരുവനന്തപുരം ജില്ലയിലെ വെള്ളനാടു ഭാഗത്തെ ക്ഷേത്രങ്ങളിൽ കുത്തിയോട്ടത്തിനു കേൾക്കുന്ന പാട്ടുകൾ നോക്കുക:

'കൊച്ചുനാരായണി പങ്കിപ്പെണ്ണേ-നിന-
ക്കെട്ടുവയസ്സിലെ കുത്തിയോട്ടം
കുത്തിയോട്ടത്തിനു ചൂരലും കുത്തിക്കൊ-
ണ്ടമ്പലമേഴും വലതുവന്നേ'[14]

ഇപ്രകാരം നാട്ടുകാരെയും പരിചയക്കാരെയും കാഴ്ചക്കാരായി കൂടിയവരെയുമൊക്കെ കഥാപാത്രങ്ങളാക്കി കളിയാക്കിക്കൊണ്ടും മറ്റുമാണ് പാട്ട് വളരുന്നത്. സംഘാംഗങ്ങളുടെ ക്ഷിപ്ര കവി

ത്വം, നർമ്മബോധം തുടങ്ങിയവ മാത്രമാണ് ഇതിലൂടെ പ്രകടമാകുന്നത്.

അവതരണത്തിന്റെ ഒരുഘട്ടത്തിൽ, കളിക്കാർ രണ്ടു ചേരിയായി തിരിയും. പുരാണ കഥകളിലെ കഥാപാത്രങ്ങളെയും സംഭവങ്ങളെയും ആധാരമാക്കിയുള്ള ചിലചോദ്യങ്ങൾ ഗാനതാള സമേതം ഒരുകക്ഷി, എതിർകക്ഷിക്കു നേരേ എയ്തുവിടും. അവർ അതിന്റെ ഉത്തരം പറയുക മാത്രമല്ല, ഒരു തിരിച്ചടിയെന്നോണം മറുചോദ്യവും ഉന്നയിക്കും.

ഇങ്ങനെ ചോദ്യവും ഉത്തരവും മുറുകിവരുമ്പോൾ, കാഴ്ചക്കാരും രണ്ടുകക്ഷികളായി പിരിഞ്ഞ് ആഹ്ലാദപ്രകടനങ്ങളിൽ അലിഞ്ഞുചേരും. ചോദ്യോത്തരങ്ങൾമൂത്ത് ഏതെങ്കിലും ഒരു കക്ഷിക്കു മൊഴിമുട്ടുന്ന സന്ദർഭങ്ങളുമുണ്ട്. ആ സന്ദർഭത്തിൽ,

'ചോദ്യം വളരെച്ചോദിച്ചെന്നൊരു
കീർത്തികൾ മാത്രം മതിയോ?
ആകാശത്തിനു തൂണെവിടെന്നും
മറ്റുമതാണോ ചോദ്യം?
ചോദ്യം ന്യായമതാണെങ്കിൽ പറ
വിവരം കേൾക്കട്ടെ'

എന്നുംമറ്റും ആക്ഷേപിക്കുകയും വാശിപിടിപ്പിക്കുകയും ചെയ്യുന്ന ഏർപ്പാടുമുണ്ട്. പക്ഷേ, ഇത്തരം പാട്ടുകൾ രസാവഹമാണെന്നു മാത്രം പറയാം [15].

മറ്റു നാടൻ കലകളിലെ പാട്ടുകൾ പലപ്പോഴും കുത്തിയോട്ടത്തിന് പാട്ടുകളായി ഉപയോഗിച്ചിട്ടുണ്ട് [16]. ജനകലാ പണ്ഡിതനായ ജി. ഭാർഗ്ഗവൻ പിള്ളയും ഇക്കാര്യം സമ്മതിക്കുന്നുണ്ട്. 'മധ്യ തിരുവിതാംകൂറിലെ പല നാടൻ കലകളിലും കേൾക്കാറുള്ളതും പ്രചാരത്തിലുള്ളതുമായ ധാരാളം പാട്ടുകൾ കൂട്ടിച്ചേർത്ത് കുത്തിയോട്ടം നടത്തുന്നതായി കേട്ടിട്ടുണ്ട്. അതിൽ ഇടയ്ക്കിടെ ദേവീസ്തുതികളും കാണും. തിരുവാതിര, കമ്പടിക്കളി, കാക്കാരശ്ശി, വള്ളപ്പാട്ട്, ഓട്ടംതുള്ളൽ, പാക്കനാരുകളി, എന്നുവേണ്ട ചില സിനിമാപ്പാട്ടുകൾപോലും കടന്ന് വരാറുണ്ട് [17]. സ്വഹാപരിണയം എന്ന കുത്തിയോട്ടപ്പാട്ടിൽ ഇക്കാര്യം കുറേക്കൂടി വ്യക്തതയോടെ കവി പറഞ്ഞുവെയ്ക്കുന്നുമുണ്ട്:

'കീർത്തിയുള്ളിക്കഥ കുത്തിയോട്ടത്തിനായ്
ചേർത്തുകൊള്ളാൻ വരം നൽകതായേ' [18]

എന്നാണ് ഭഗവതിയോടുള്ള കവിയുടെ പ്രാർത്ഥന. 'ചെട്ടികുള

ങ്ങര മാതേവിയമ്മ' എന്നുതുടങ്ങുന്ന പ്രസിദ്ധമായ പാട്ട് 'കരടിപ്പാട്ടാ'യിരുന്നുവെന്നതും ഇതോടൊപ്പം അനുസ്മരിക്കാം.

'ഉലകുടപെരുമാൾ ഗുരുവരൻ തന്നോടു ബഹുവിധമായ്' പഠിച്ച 'മുറ'കളും 'അടവു'കളും 'വശ'ങ്ങളും 'മതിരപ്പതിമന്നനുടെ കോട്ടയിടിപ്പതിനു മദയാനകൾ' ചെന്ന ബഹളങ്ങളും 'തിരുവനന്തപുര മതിലമർന്ത' പട്ടാളക്കാർ 'ഇട്ടുമുറുക്കി'യിറങ്ങിയ കഥകളും 'തമ്പിമാർ നാൽവരുമായി പല്ലക്കിലേറിവരുന്ന തിരള്'വും സംഗീതാത്മകമായി കുത്തിയോട്ടത്തിനുപാടി കളിച്ചിരുന്നതായി പ്രൊഫ. കിളിമാനൂർ വിശ്വംഭരൻ പറയുന്നതുകൂടി ഇതിനോടു ചേർത്തു വായിക്കാം[19].

ഇതിൽ നിന്നെല്ലാം നമുക്ക് എത്തിച്ചേരാവുന്ന നിഗമനം ഇതാണ്: ആദ്യം കേവലം അനുഷ്ഠാനങ്ങൾ മാത്രമുണ്ടായി. പിന്നീട് തോറ്റങ്ങൾ (വാഴ്ത്തുപാട്ടുകൾ) കൂടി അവയ്ക്കൊപ്പം കൂട്ടിച്ചേർത്തു. ഒടുവിലായി നൃത്ത നൃത്യങ്ങളും അഭിനയങ്ങളും ചേർന്ന് പൊതുവെ മിശ്രകലയായി ഭവിച്ചു. ഇതെല്ലാം അനുഷ്ഠാനങ്ങളെ കൂടുതൽ ആകർഷകമാക്കാൻ വേണ്ടി ഭാവനാ സമ്പന്നരായ പഴയ ആശാന്മാർ വ്യക്തമായ ആസൂത്രണങ്ങളോടെ ചിട്ടയ്ക്കൊത്ത സംവിധാന ക്രമങ്ങളനുസരിച്ചുതന്നെ ചെയ്തതാണെന്നു ബലമായി സംശയിക്കാം[20].

കുത്തിയോട്ടപ്പാട്ടുകളുടെ പിറവി

'ചെട്ടികുളങ്ങര മാതേവിയമ്മയ്ക്കെൻ
എട്ടുവയസിലെ കുത്തിയോട്ടം'

എന്നിങ്ങനെയുള്ള ഏതാനും വരികളാണ് നാട്ടുകാരുടെയും പാട്ടാശാന്മാരുടെയും ഓർമ്മകളിൽ ഏറ്റവും പഴക്കമേറിയത്. എന്നാൽ ഈ പാട്ട് കരടികളിക്കുവേണ്ടി എഴുതപ്പെട്ടതാണെന്നാണ് കണ്ടെത്തൽ[(21)]. 1800 നും 1835 നും ഇടയിൽ കൊല്ലം ജില്ലയിലെ പരവൂരിൽ ജീവിച്ചിരുന്ന എഴിയത്ത് കൊച്ചമ്പാളിയാശാനാണ് ഇതിന്റെ കർത്താവെന്നും ഗവേഷകയായ പ്രൊഫ. ചിത്ര ഗോപാൽ വിശദീകരിക്കുന്നു. ഇതര കലകളിലെ പാട്ടുകൾ കുത്തിയോട്ടത്തിനായി ഉപയോഗിച്ചതിന്റെ തെളിവുകൂടിയാണ് ഈ വരികൾ. അതിനാൽത്തന്നെ കുത്തിയോട്ടത്തിന് കരടികളിയോട് ആധർമണ്യമുണ്ട്. കരടിപ്പാട്ടിന്റെ താനവട്ടം കുത്തിയോട്ടത്തിലുമുണ്ട്. കരടിപ്പാട്ടിന്റെ മൂന്നാമത്തെ വരിയിലെ തരളി, കുത്തിയോട്ടത്തിൽ അത്ഭുതകരമാംവിധം ഉപയോഗപ്പെടുത്തിയിട്ടുണ്ട്.

'മത്താളിനമധുകൈടഭ മത്തേഭകരീന്ദ്രേതവ-
പത്തേ വിപത്തൊഴിഞ്ഞാർക്കുമാറ്റാൻ'

എന്നുള്ള മട്ട് കരടിപ്പാട്ടിലേതാണ്. ഈ പശ്ചാത്തലത്തിൽ കരടിപ്പാട്ടിനെയും കുത്തിയോട്ടത്തെയും കമ്പോടുകമ്പ് മനസിലാക്കേണ്ടതുണ്ട്. കരടികളിയോടുള്ള കുത്തിയോട്ടത്തിന്റെ ഈ കടപ്പാട് പാട്ടിൽ മാത്രമല്ല, താനവട്ടത്തിലും ചുവടുകളിലുമുണ്ട്.*

ഇങ്ങനെ നോക്കുമ്പോൾ, എഴിയത്തു കൊച്ചമ്പാളിയാശാ

* കൊല്ലം, കായംകുളം പ്രദേശങ്ങളിൽ നിലനിന്നിരുന്ന ഒരു ഓണക്കാല വിനോദമാണു കരടികളി. പാട്ടുകളും താളാത്മകമായ ചുവടുകളും ഇതിനുണ്ട്. കൂടാതെ, താനവട്ടം (താനായ് വട്ടം) എന്നറിയപ്പെടുന്ന വായ്ത്താരിയും ഇവയുടെ പ്രത്യേകതയാണ്. ഈ മൂന്നു സവിശേഷതകളും കുത്തിയോട്ടത്തിൽ ഇന്നും നിലനിൽക്കുന്നു. മാത്രമല്ല, കരടിപ്പാട്ടിലേതുപോല, ഫലിതവും, പരിഹാസവും, സാമൂഹിക വിമർശനവും നിറഞ്ഞവയായിരുന്നു ചില ആദ്യകാല കുത്തിയോട്ടപ്പാട്ടുകൾ.

നു ശേഷമായിരിക്കാം കുത്തിയോട്ടത്തിനു സ്വതന്ത്രമായ പാട്ടുകൾ കെട്ടിത്തുടങ്ങിയത് എന്നാണ് വ്യക്തമാവുന്നത്. ഇക്കാലത്ത് വലിയ തോതിൽ അവതരിപ്പിക്കപ്പെടുന്ന പാട്ടുമാതൃകകൾ 'വലിയ പഴക്കമില്ലാത്തവ' ആകയാൽ[22] ഈ ചിന്തയ്ക്ക് സാധുതയുണ്ട്. മാത്രമല്ല, ഏതാനും നൂറ്റാണ്ടുകൾക്കു പിന്നിലായിരുന്നു കുത്തിയോട്ടപ്പാട്ടുകൾ ഉരുവം കൊണ്ടിരുന്നതെങ്കിൽ, അക്കാലത്തെ പ്രബല സാഹിത്യ വിഭാഗമായിരുന്ന തെക്കൻ പാട്ടുകളുടെയോ ഇടനാടൻ പാട്ടുകളുടെയോ സ്വാധീനവലയത്തിൽ നിന്നു മുക്തമാകുവാൻ അവയ്ക്കാകുമായിരുന്നുമില്ല. എന്നാൽ ഉത്തരകേരളത്തിലെ തോറ്റംപാട്ടുകളോട് കുത്തിയോട്ടപ്പാട്ടുകൾക്ക് ഇതിവൃത്തപരമായ ബന്ധം കാണാം. തെക്കൻപ്പാട്ടുകളിൽപ്പെട്ട വിൽപ്പാട്ടുകളും തോറ്റംപാട്ടുകളും ഭദ്രകാളി പ്രീതികരമാകുമ്പോൾതന്നെ, അവയിൽ മുഖ്യസ്ഥാനം കണ്ണകിയമ്മയ്ക്കാണ്. അഥവാ കണ്ണകിയാണ് വിൽപ്പാട്ടുകളിലെ നായിക. എന്നാൽ, ഇന്നു ജീവിച്ചിരിക്കുന്ന കുത്തിയോട്ട ആശാന്മാരിൽ സമാദരണീയനായ ഡി. നാരായണപിള്ള ആശാൻ ഏതാനും വർഷത്തിനു മുമ്പെഴുതിയ ഒരു പാട്ടിലൊഴികെ* കുത്തിയോട്ടപ്പാട്ടുകളിൽ കണ്ണകിക്ക് ഇടമില്ല. പകരം, വടക്കൻ കേരളത്തിലെ തോറ്റംപാട്ടുകളിൽ കാണുന്നതുപോലെ, സംഹാര രുദ്രയായ ഭദ്രകാളിയ്ക്കാണ് കുത്തിയോട്ടപ്പാട്ടുകളിൽ പ്രാധാന്യം.

പത്തൊമ്പതാം നൂറ്റാണ്ടിന്റെ മധ്യകാലം മുതലെങ്കിലും കുത്തിയോട്ടത്തിനായി പാട്ടുകൾ രൂപപ്പെട്ടിട്ടുണ്ടെന്ന് ഇതിൽ നിന്നും കണക്കാക്കാം. അന്നത്തെ പാട്ടുകളുടെ നില എന്തായിരുന്നുവെന്ന് കേരള ഭാഷാസാഹിത്യ ചരിത്രകാരൻ വിദീകരിക്കുന്നുണ്ട്:

'കുത്തിയോട്ടത്തിനു പാടാനായി ചില പാട്ടുകൾ ഉണ്ടാക്കപ്പെട്ടിട്ടുണ്ട്. കവിതാഗുണം കുറയും. മിക്കവാറും പ്രാകൃത ജനങ്ങൾക്കു കേൾപ്പാനായി നിർമ്മിക്കപ്പെട്ടവയാണ്. എന്നാൽ അവ ചൊല്ലാൻ പ്രത്യേക മട്ടുകളുണ്ട്'. ഇതാണ് കുത്തിയോട്ടപ്പാട്ടുകളെക്കുറിച്ച് ആർ. നാരായണപ്പണിക്കരുടെ വിലയിരുത്തൽ[23].

കുത്തിയോട്ടപ്പാട്ടുകളിലെ ആദ്യകാല രചനകളെ സംബന്ധിച്ചു നോക്കുമ്പോൾ, നാരായണപ്പണിക്കരുടെ ഈ നിരീക്ഷണം പരമാർത്ഥമാണെന്നു സമ്മതിക്കാതെ തരമില്ല.

എന്നാൽ ഇരുപതാംനൂറ്റാണ്ടിന്റെ ആദ്യ ദശകങ്ങളിൽ കുത്തിയോട്ടത്തിനു വേണ്ടി മാത്രം ചില പാട്ടുകൾ സൃഷ്ടിക്കപ്പെട്ടു. സം

* കണ്ണകീചരിതം, ഡി. നാരായണപിള്ള, 1990

സ്കൃത ഭാഷയിലും കാവ്യ-നാടകാദി കലകളിലും വ്യുൽപ്പത്തിയുണ്ടായിരുന്ന ഗ്രാമീണ കവികളായിരുന്നു അവരിൽ പലരും. അത്തരം അനുഗൃഹീതകവികളെ 'അരുൾക്കവികളെ'ന്നാണ് ഡോ. എം. ജി. ശശിഭൂഷൺ വിശേഷിപ്പിക്കുന്നത്.* മുതുകുളം സ്വദേശിയായ മീനത്തതിൽ കേശവപിള്ളയായിരുന്നു അവരിൽ പ്രഥമ ഗണനീയൻ. അദ്ദേഹത്തിന്റെ 'ദേവീമാഹാത്മ്യം' കുത്തിയോട്ടപ്പാട്ട് അതുവരെയുണ്ടായിരുന്ന പാട്ടുകളെ തുലോം അപ്രസക്തമാക്കി. കാവ്യഭംഗി, പ്രാസഭംഗി, സുഘടിതമായ ഇതിവൃത്തം, ഭക്തി പ്രസരം എന്നിവയുടെ വിന്യാസം കൊണ്ട് കേശവപിള്ളയുടെ പാട്ടുകൾ സാഹിത്യശോഭ പരത്തി, ശ്രദ്ധേയമായി.

1908 -ൽ രചിക്കപ്പെട്ടതെന്നു അനുമാനിക്കപ്പെടുന്ന അദ്ദേഹത്തിന്റെ ദേവീമാഹാത്മ്യം പാട്ടിന്റെ ആദ്യ പതിപ്പ് അച്ചടിക്കപ്പെട്ടത് 1926- ലാണ്. ഹരിപ്പാട് താരകാ പ്രസിലാണ് അച്ചടി നിർവ്വഹിച്ചത്. നിർഭാഗ്യവശാൽ, കവിയുടെ മരണശേഷമാണത് സംഭവിക്കുന്നത്. അതിനാൽത്തന്നെ, കൃതി നമ്മുടെ സാഹിത്യ ചരിത്രകാരന്മാരുടെ ശ്രദ്ധയിൽ എത്തപ്പെട്ടിട്ടുണ്ടാവില്ലെന്നു കരുതാം. അതാണ് ആർ. നാരായണപ്പണിക്കരുടെ, മേൽസൂചിപ്പിച്ച, വിലയിരുത്തലിൽ നിന്നും നമുക്ക് മനസിലാക്കാനാവുന്നത്.

മഹാപുരാണങ്ങളിൽ ഒന്നായ മാർക്കണ്ഡേയ പുരാണത്തിലെ ഒരു ഉപ കഥയാണ് ദേവിമഹാത്മ്യം. 'വരബലത്താലും കരബലത്താലും' അഹങ്കാരികളായിത്തീർന്ന സുംഭ - നിസുംഭന്മാർ എന്ന അസുരന്മാരെയും അവരുടെ സഹായികളായ ധൂമ്രലോചനൻ, ചണ്ഡൻ, മുണ്ഡൻ തുടങ്ങിയവരെയും കാലപുരിക്കയച്ച് അമർച്ചചെയ്യുന്ന ദേവിയുടെ പ്രഭാവമാണ് 'ദേവിമഹാത്മ്യം' കുത്തിയോട്ടപ്പാട്ടിന്റെ ഇതിവൃത്തം.

പൗരാണികമായ ഈ ഇതിവൃത്തത്തെ താനവട്ടങ്ങളുടെ അകമ്പടിയോടെ ഏഴു പാദങ്ങളിലായി നിബന്ധിച്ച് മീനത്തിൽ കേശവപിള്ള ആശാൻ കുത്തിയോട്ടപ്പാട്ട് ചമച്ചു. കുത്തിയോട്ട അനുഷ്ഠാനത്തിന് നിയതമായ ഒരു ഘടന നൽകാൻ ഇതുമൂലം സാധിച്ചു.

'ദമിഡ സംഘാതാക്ഷരനിബദ്ധ മെതുകമോനവർണ്ണ വിശേഷയുക്തം പാട്ട്' എന്നിങ്ങനെയാണ് ലീലാതിലകത്തിൽ പാട്ടിന്റെ ലക്ഷണം വിവരിക്കപ്പെട്ടിരിക്കുന്നത്. 'പാട്ടി'ന്റെ ലക്ഷണങ്ങളിൽപ്പെടുന്ന, 'എതുക' (ദ്വിതീയാക്ഷര പ്രാസം), 'മോന' (ആദ്യാക്ഷര പ്രാസം) തുടങ്ങിയ വർണ്ണ വിശേഷങ്ങൾ കേശവപിള്ളയുടെ കാ

* കുത്തിയോട്ടപ്പാട്ടുകൾ, ഭദ്രൻ ചെട്ടികുളങ്ങര, അവതാരിക, 2007

ലത്തെ കുത്തിയോട്ടപ്പാട്ടുകളിൽ കാണാം. ഇവകൂടാതെ, അന്ത്യാക്ഷര പ്രാസം, യതി (നിർത്തി ചൊല്ലാൻ കഴിയും വിധമുള്ളത്), താള (വൃത്ത) നിബദ്ധത തുടങ്ങി പാട്ടു സാഹിത്യത്തിന്റെ ഇതര ലക്ഷണങ്ങളും അനിതര സാധാരണമായമട്ടിൽ കുത്തിയോട്ടപ്പാട്ടുകളിൽ പ്രകടമാകുന്നുണ്ട്.

സർവ്വലക്ഷണയുക്തമെന്നു പിൽക്കാല പണ്ഡിതരാൽ വിലയിരുത്തപ്പെട്ട' ദേവീമാഹാത്മ്യ'മെന്ന ശ്രദ്ധേയ രചനയിലെ,

'ഭദ്രേഭഗവതീ ഭക്താർത്തി ഭഞ്ജനി
ഭദ്രകാളീനതാ മർത്യപാളീ'

എന്നിങ്ങനെയുള്ള ആദ്യ ഈരടികളിൽത്തന്നെ മോനയും എതുകയും (ആദ്യാക്ഷര പ്രാസവും ദ്വിതീയാക്ഷര പ്രാസവും) മനോഹരമായി പ്രയോഗിക്കപ്പെട്ടിരിക്കുന്നു. പാട്ടിലുടനീളം ഇത്തരം ശബ്ദവിശേഷം സൂക്ഷിക്കുന്നതിൽ കവി ശ്രദ്ധിക്കുന്നു. ശയ്യ, ഒഴുക്ക്, രസം, ഔചിത്യം മുതലായ ഗുണങ്ങളുടെ കാര്യത്തിലും കവിയുടെ ശ്രദ്ധ വേണ്ടത്ര പതിഞ്ഞിട്ടുണ്ട്.

ശബ്ദാലങ്കാരങ്ങൾ

ശബ്ദാലങ്കാരത്തിന്റെ സൗന്ദര്യ സാധ്യതകളെ കവിതയിലുപയോഗപ്പെടുത്തുന്നത്, ഒരേ സമയം, കേൾവിക്ക് ഇമ്പം നൽകുന്നതോടൊപ്പം കവിയുടെ പദസ്വാധീനവും പ്രയോഗപടുത്വവും വ്യക്തമാക്കുന്നു. ഒപ്പം, ഈ കാവ്യശൈലി പാട്ടു പ്രസ്ഥാനത്തിന്റെ സ്വാധീനം കുത്തിയോട്ടപ്പാട്ടുകളിൽ വളരെയുണ്ടെന്നു വ്യക്തമാക്കുകയും ചെയ്യുന്നു.

പ്രാസഭംഗിയെന്നു കേൾവിപ്പെടുന്ന ഈ കാവ്യഗുണത്തിൽ, അനുപ്രാസം, ആദ്യാക്ഷരപ്രാസം, ദ്വിതീയാക്ഷര പ്രാസം, അന്ത്യപ്രാസം എന്നിവ അനുഗ്രഹീത രചനകളെ സമ്പുഷ്ടമാക്കിയിട്ടുണ്ട്. എന്നാൽ, കണ്ണശ്ശപ്പാട്ടുകളുടെ മുഖമുദ്രയായ ആന്താദിപ്രാസം കുത്തിയോട്ടത്തിന് അന്യമാണ്. ചില ഉദാഹരണങ്ങൾ നോക്കാം:

അനുപ്രാസം

വ്യഞ്ജനാക്ഷരങ്ങളുടെ ആവർത്തനമാണ് ഈ അലങ്കാരത്തിന് അടിസ്ഥാനം.

- 'മത്താളിന മധുകൈടഭ മത്തേഭകരീന്ദ്രേതവ
  പത്തേഗതി വിപത്താർക്കു മാറ്റാൻ'(24)
- 'വെള്ളപ്പളുങ്കിനെത്തള്ളും നിറമൊത്ത
  പള്ളി സരസ്വതി കള്ളമെന്യേ
  വെള്ളത്തിരതള്ളും വിധമുള്ളിൽ തിരുവുള്ളത്തൊടു
  പള്ളി കൊള്ളേണമെന്നുള്ളിലെന്നും'*

ആദിപ്രാസം

വരികളുടെ ആദ്യാക്ഷരങ്ങൾ സമാനമായി വരുന്നു. നോക്കുക:

- 'കാന്താരം തന്നിലൊരാശ്രമമുണ്ടാക്കി

* ബാണയുദ്ധം, ഒന്നാം പദം

കാന്തസമേതം തപസ്സു ചെയ്തു'[25]

മറ്റൊരു കൃതിയിൽ,

- 'മൂന്നു ലോകം പൊട്ടുമട്ടഹാസങ്ങളും
മൂഢ നിശാചരൻ തന്റെ മട്ടും'[26]

ദ്വിതീയക്ഷര പ്രാസം

പാട്ടുകളിലെ വരികളിൽ രണ്ടാമത്തെ അക്ഷരം ഒരേ പോലെ വരുന്നത് ദ്വിതീയാക്ഷര പ്രാസം. ചില ഉദാഹരണങ്ങൾ:

- 'ദാനവദാരിക നിഗ്രഹേ ചണ്ഡികേ
വാനവരാദി വന്ദ്യേ നമസ്തേ'[27]
- 'അന്നമന്നൻ തിരിച്ചൂ നളനപ്പോ-
ളൊന്നു മെല്ലെ ചിരിച്ചൂ;
അന്നയാനം സ്മരിച്ചൂ മനമപ്പോൾ
ഖിന്നതയാകരിച്ചൂ'[28]
- 'സുംഭനിസുംഭ സംഹാരിണേ ശങ്കരീ
ജംഭാരി വൈരിഹാരീ നമസ്തേ
......
കുത്തിയോട്ടം നടത്തുന്ന ഞങ്ങൾക്കിന്നൊ
രത്തൽ കൂടാതെയനുഗ്രഹിക്ക'[29]

അന്ത്യപ്രാസം

വരികളുടെ അവസാനത്തെ അക്ഷരം ഒന്നായിരിക്കുന്നതാണ് ഇതിന്റെ പ്രത്യേകത.

- 'പ്രബുദ്ധൻ ഭദ്രയിലുറച്ച ഭക്തിമാൻ
  പ്രശസ്തൻ കേരള ശേഖരൻ'(30)
- 'വിശക്കുമ്പോൾ ശവം തിരഞ്ഞു തിന്നുന്നു
  അശിക്കുമ്പോൾ ചിലർ ഹസിക്കുന്നു
  ശിശുക്കളെക്കണ്ടാൽ ഞെരിച്ചുകൊല്ലുന്നു
  അശക്തർ തേടിപ്പോയൊളിക്കുന്നു'(31)
- 'വേതാളമീതേ നടന്നോളേ അന്ത
  പൂതഗണങ്ങൾക്കുടയോളേ;
  കേശാദിപാദം ഭജിപ്പോളേ പര-
  മേശ്വരം പാടിസ്തുതിപ്പോളേ'(32)
- 'കൃഷ്ണഖേദങ്ങൾ തേടി, അവൾമുഖ-
  പത്മമൻപോടു വാടി
  തൃഷ്ണയോടാശു ചാടി, അവൾ മുദാ-
  ഡിംഡിഭം പോലയാടി'*

അടിസ്ഥാനപരമായി കുത്തിയോട്ടം ഒരു പ്രകടനകലയാണ്. അതിനാൽ, പൂർണ്ണാർത്ഥത്തിൽത്തന്നെ കുത്തിയോട്ടത്തിന്റെ അവലംബിത സാഹിത്യമായാണ് കുത്തിയോട്ടപ്പാട്ടുകൾ നിലകൊള്ളുന്നത്. ആ നിലയിലാവണം ശബ്ദ വിതാനത്തിന്റെ ധാരാളിത്തത്തെ കവിതകളിലുടനീളം ഉപനയിക്കപ്പെട്ടത്. അതുവഴി, ശ്രോതാക്കളിൽ ശ്രവണസുഖവും സമീപനത്തിൽ ആർജ്ജവത്വവും പകരാനായി. ഒപ്പം, പരിചരിക്കപ്പെടുന്ന വിഷയത്തിന്റെ ഊക്കും ഉന്മാദവും അനുഭവിപ്പിക്കാനും കഴിഞ്ഞു. മാത്രമല്ല, കാണികളിൽ ഉത്സാഹവും ഉന്മേഷവും നിലനിർത്താനും ഈ ശബ്ദവൈചിത്ര്യം സഹായിച്ചു. തന്മൂലം, പലപ്പോഴും അർത്ഥത്തെ അതിശയിച്ചു നിൽക്കുന്ന ശബ്ദാതിശയത്വമായും കുത്തിയോട്ടപ്പാട്ടുകളിൽ ശബ്ദവൈചിത്ര്യം തിളങ്ങി നിൽക്കുന്നു.

അർത്ഥാലങ്കാരം - ഉപമ

ശബ്ദാലങ്കാരങ്ങളെപ്പോലെ അർത്ഥാലങ്കാരങ്ങൾ പാട്ടുകളിൽ യഥോചിതം ഉപയോഗിക്കുന്നതിലും നാട്ടുകവികൾ തങ്ങളുടെ കഴിവിനൊത്ത് പരിശ്രമിച്ചതായി കാണാം. അർത്ഥാലങ്കാരങ്ങ

* കിരാതം

ളിൽ ഉപമയാണ് മിക്കവാറും കവികൾക്കു പഥ്യം. ഉത്തരാസ്വയംവരം കഥയിൽ,

'ആലോല കീലോലജാലങ്ങളും
തിരമാലകളാകെ വിലസും പോലെ
കോലാഹലത്തോടെ വാണീഭഗവതി
ഖേലനം ചെയ്യണേ നാവുതന്മേൽ'[33]

എന്നും, അതേ കഥയിൽ;

'ജാലങ്ങളോരോരോ ജാലമുണ്ടെങ്കിലും
ശീലഗുണമുള്ള ഭദ്രകാളീ
മാലു തീർത്തീടിലോ ശോഭിക്കും പൊന്മണി
മാലയ്ക്ക് നൽപട്ടുനൂലുപോലെ'[34]

എന്നും ഉപമാലങ്കാരം പ്രഫുല്ലമായി പ്രശോഭിക്കുന്നു.

'ദക്ഷയാഗം' എന്ന കഥയിൽ,

'അണ്ഡുകമറ്റ് വിരണ്ടുവരുന്നൊരു ദന്തിപോലെ കണ്ടു
ചണ്ഡിക താണ്ഡവമാടി വരുന്നു പ്രചണ്ഡയായി'[35]

സതിശീലാവതി ചരിതം, ഒന്നാം പാദത്തിലെ പ്രയോഗവും പ്രസിദ്ധമാണ്. അതിൽ,

'കരുണാകരി ശരണം തവചരണം കവിതരണം തിരു-
വരുണാലയത്തിരമാലപോലെ'[36]

എന്നിങ്ങനെയാണ് ഉപമയുടെ ഒഴുക്ക്.

'കിരാതം' കഥയുടെ മൂന്നാം പാദത്തിൽ,

'സോമബിംബം കണക്കേ
വിളങ്ങീടുന്നാനനങ്ങൾ പതുക്കെ
സാമോദാലൊന്നു നോക്കൂ കുചങ്ങൾ
തൻ ഭംഗികളും നിരക്കേ'[37]

എന്നിങ്ങനെ ശ്രുതിസുന്ദരവും വശ്യമധുരവുമായ ധാരാളം ചാരുതയാർന്ന പ്രയോഗങ്ങൾ കുത്തിയോട്ടപ്പാട്ടുകളിൽ കണ്ടെത്താം.

ഇപ്രകാരം, ശബ്ദഭംഗിയും അലങ്കാര വൃത്തിയും വൃത്ത നിബദ്ധതയും കുത്തിയോട്ടപ്പാട്ടുകളുടെ നൈസർഗ്ഗികമായ സൗന്ദര്യത്തെയും കാവ്യഗുണത്തെയും അടയാളപ്പെടുത്തുന്ന സവിശേഷതകളായുണ്ട്. എന്നാൽ, അവ മാത്രമല്ല കുത്തിയോട്ടപ്പാട്ടുകളെ ശ്രദ്ധേയമാക്കുന്നത്. പരിചിത ഇതിവൃത്തങ്ങളിലെ അപരിമേയ വർണ്ണനകൾ, അപൂർവ്വ പ്രയോഗങ്ങൾ എന്നിവ കൊണ്ടും ഇവ അനന്യമായ രസാനുഭൂതിയും ആസ്വാദന ക്ഷമതയും നൽകുന്നു. ദേവീമാഹാത്മ്യത്തിലെ,

'മഞ്ഞണിക്കുന്നിലെത്തീട്ടനന്യ
സൗന്ദര്യ സമ്പൽ സമൃദ്ധി
തിങ്ങിവിങ്ങുന്നൊരുത്തി
വിളങ്ങിടുന്നാഭച്ചൂഴംപരത്തി'(38)

എന്ന വർണ്ണനയും, ചെട്ടികുളങ്ങര ക്ഷേത്രോൽപ്പത്തി എന്ന കൃതിയിലെ,

'പാതിരാവും കഴിഞ്ഞു, പനിമതി പോയിദൂരെ മറഞ്ഞൂ
തോണിയിലാളൊഴിഞ്ഞു
കരിപ്പുഴത്തോട്ടിലിരുട്ടണഞ്ഞു'(39)

തുടങ്ങിയ വർണ്ണകൾ പകർന്നു നൽകുന്ന മിഴിവാർന്ന വാങ്മയങ്ങൾ ആസ്വാദക / ശ്രോതൃ ഹൃദയങ്ങളിൽ സൃഷ്ടിക്കുന്ന ദൃശ്യാനുഭവങ്ങളുടെ ചാരുത ഒന്നു വേറെതന്നെയാണ്.

ആലാപനം കൊണ്ട് ശൈലി / മട്ട് മാറുമെങ്കിലും ഗാഥാവൃത്തത്തോടോ കൊടുങ്ങല്ലൂർ ഭരണിപ്പാട്ടിനോടോ സാഹോദര്യം പുലർത്തുന്ന വൃത്തഭംഗി കുത്തിയോട്ടപ്പാട്ടുകൾക്കുണ്ട്. ഇക്കാര്യം നാരായണപ്പണിക്കരും തുറന്നു സമ്മതിക്കുന്നുണ്ട്(40).

നിരക്ഷരരോ ഇതിഹാസ പുരാണങ്ങൾ അപ്രാപ്യമായവരോ ആയ ഒരു 'ബഹുജന' സമൂഹത്തിലേക്ക് ഇതിഹാസ-പുരാണങ്ങളെ കഥകളുടെ രൂപത്തിൽ ഇറക്കിക്കൊണ്ടുവരാൻ കുത്തിയോട്ടപ്പാട്ടുകൾക്ക് കഴിഞ്ഞിട്ടുണ്ട്. അതിലൂടെ, ആത്മീയ വിഷയങ്ങളിൽ വിജ്ഞപ്ത ദീപ്തി പകർന്ന് ഗ്രാമീണജനതയെ ഒരു പരിധിവരെ ഉദ്ബുദ്ധരാക്കാനും അവയ്ക്ക് സാധിച്ചിട്ടുണ്ട്. അതുവഴി രാഷ്ട്രചേതസ്സിനോട് / അസ്മിതയോട് ഗ്രാമചേതനയെ വിളക്കിച്ചേർക്കാനും ഇത്തരം പാട്ടുകൾക്കു കഴിഞ്ഞിരുന്നു എന്നത് ഒരു യാഥാർത്ഥ്യമാണ്. ഒരു നൂറ്റാണ്ടു മുമ്പുള്ള സാമൂഹിക -സാമ്പത്തിക-സാംസ്കാരിക സാഹചര്യങ്ങൾ പരിഗണിക്കുമ്പോൾ അതൊരു നിസ്സാര ദൗത്യമല്ല.

ഭാഷ

വളരെപഴക്കം ചെന്ന ഭാഷയിലല്ല നമുക്കു മുന്നിലുള്ള കുത്തിയോട്ടപ്പാട്ടുകൾ എന്നത് സുവ്യക്തമാണ്. അവിടവിടെയായി പാട്ടുകളിൽ തമിഴ് പ്രയോഗങ്ങൾ ഉണ്ട് എന്നതും ഒരു വസ്തുതയാണ്. എന്നാൽ, സംസ്കൃതത്തിന്റെ സ്വാധീനം പ്രകടവുമാണ്. തമിഴ് പാട്ടുകളെ നിരീക്ഷിച്ചാൽ, അവയ്ക്കും പഴക്കം ഏറെയില്ല. ഉദാഹരണത്തിന്, ഓണാട്ടുകരയിൽ പ്രസിദ്ധമായ ഒരു തമിഴു കുമ്മിയാണ്

'ആറോടമ്പിളി' എന്നു തുടങ്ങുന്ന പാട്ട്. ജനപ്രിയമായ ഒരു ദേവി സ്തുതിയാണത്. ചെട്ടികുളങ്ങര ഭഗവതിയെ സ്തുതിക്കുന്നതാണ് ആ വരികൾ. കളീയ്ക്കൽ പരമേശ്വരൻപിള്ള ആശാനാണ് രചയിതാവ്. 1986-ലാണ് അദ്ദേഹം അന്തരിച്ചത്. അങ്ങനെ നോക്കുമ്പോൾ, ഇരുപത്തിയൊന്നാം നൂറ്റാണ്ടിലാണ് ആ രചന പിറക്കുന്നത്.

എന്നാൽ, മുതുകുളം വന്ദികപള്ളിയിലെ വണിക വൈശ്യ സംഘത്തിന്റെ ഉടമസ്ഥതയിലുള്ള മുത്താരമ്മൻ കോവിലിൽ കുറേകൂടി പഴക്കംചെന്ന പാട്ടുകൾ പാടി കേൾക്കാം. അവയിൽ പലതും തമിഴ് പാട്ടുകളാണ്. അവയാകട്ടെ, കുത്തിയോട്ടാനുഷ്ഠാനത്തിന്റെ പഴമയെ വിളംബരം ചെയ്യുന്നതും രണ്ടോ മൂന്നോ നൂറ്റാണ്ടിനപ്പുറത്ത്, ഓണാട്ടുകരയുൾപ്പെടുന്ന മധ്യകേരളത്തിലേക്കു കുടിയേറിയ കച്ചവട സംഘങ്ങളോടൊപ്പം കടന്നു വന്ന ഒരനുഷ്ഠാനമെന്ന നിലയിലും കുത്തിയോട്ടത്തെ മനസ്സിലാക്കാനുപകരിക്കുന്നതുമാണ്.

ഈ പാട്ടുകളെ പലതും സൂക്ഷ്മമായി നിരീക്ഷിച്ചാൽ പഴയ വിൽപ്പാട്ടിലെ വരികൾ പാഠഭേദങ്ങളോടെ ആലപിക്കുന്നതായാണ് മനസ്സിലാക്കാനാവുന്നത്. വിൽപ്പാട്ടിലെ കുമ്മികളും കുത്തിയോട്ടത്തിനായി ഇത്തരം കോവിലുകളിൽ പാടിക്കേൾക്കാറുണ്ട്. വിൽ

പ്പാട്ടുകളിൽ ചില ഘട്ടങ്ങളിൽ താനവട്ടങ്ങൾക്കു സമാനമായ വായ്ത്താരികൾ കടന്നു വരുന്നുവെന്നത് ഒരു സൗകര്യമായി മാറിയിരിക്കാം.

ആറ്റിങ്ങൽ താലൂക്കിലെ പുളിമാത്ത് ക്ഷേത്രം മുതൽ വടക്കോട്ടുള്ള സ്ഥലങ്ങളിൽ കേട്ടു വരുന്ന പാട്ടുകൾ, കേൾവി മാത്രയിൽ അർത്ഥഗ്രഹണം സാധ്യമാകും വിധം ലളിത സുന്ദരങ്ങളാണ്. വ്യവഹാര ഭാഷയോട് അടുത്തു നിൽക്കുന്നതാണ് അവ എന്നതാണ് അനുഭവം.

ഓണാട്ടുകരയിലെത്തുമ്പോൾ, കുത്തിയോട്ട പാട്ടുകളുടെ ഭാഷയ്ക്കും താളത്തിനും ചടുലതയും ചിട്ടയും ഗാംഭീര്യവും കൈവരുന്നതായി കാണാം. 'ഘോരാട്ട ഹാസത്രുഡിതാളങ്ങൾ' ഇവിടെ ഉയർന്നു പൊങ്ങുന്നു. പുരുഷ വ്യഞ്ജനങ്ങളുടെ ആവർത്തനങ്ങളും മണിപ്രവാളവും പാട്ടിന് പകിട്ടായിത്തീരുന്നു. കുത്തിയോട്ട പാട്ടുകൾ പലപ്പോഴും താണ്ഡവത്തിൽ നിന്ന് ലാസ്യത്തിലേക്ക് ചുവടുകൾ മാറുന്ന സന്ദർഭങ്ങളുണ്ട്. അത്തരം സന്ദർഭങ്ങളിൽ, ആശാൻമാർ, 'ലഘുക്കളെ പാടി നീട്ടി ഗുരുക്കൾ' ആക്കുകയാണ് സാധാരണയായി ചെയ്യുന്നത്. അതുമൂലം അയഞ്ഞ രീതിയിൽ അവ ആലപിക്കാനുമാകുന്നു. എങ്കിലും പൊതുവെ നോക്കുമ്പോൾ പാട്ടുകളിലെ ഭാഷ ലളിതവും സുന്ദരവുമാണ്.

ഏറെ ആലപിക്കപ്പെടുന്ന ശ്രീകൃഷ്ണലീല, ചേലമോഷണം, കുചേലവൃത്തം, ഗുരുദക്ഷിണ തുടങ്ങിയ ഒട്ടേറെ പാട്ടുകഥകളെ ഭാഷാലാളിത്യവും സുഗ്രഹതയുയുള്ള പാട്ടുകളുടെ ഗണത്തിൽ ഉൾപ്പെടുത്താനാവും.

കാർത്തികപ്പള്ളി വലിയകുളങ്ങര ക്ഷേത്രത്തിലും പരിസരങ്ങളിലും പാടിക്കേൾക്കുന്ന ഒരു പാട്ട് ഇപ്രകാരം:

'നാശമൊഴിപ്പതിനാശയോടെ, ശിശു-
കാലത്തു കാശിയിൽ ഞാൻ ഗമിച്ചൂ
ആരും തുണ കൂടാതൊരു ദൂരം വഴി പോയേനതു
ആരറിവൂ ഹരനല്ലാതിപ്പോൾ
രീതി മേലന്നുളവായ ദുരിതങ്ങൾ
ആരാലുമിന്നു ഗണിച്ചു കൂടാ
മലയും പെരുവഴിയും ജലമൊഴുകും പലപുഴയും
പരിതാപമോടൊട്ടനേകം കടന്നേ(ൻ)'*

---

* ഗംഗാസ്നാനം, വാകസ്ഥാനത്ത് കേശവപിള്ള

മണിപ്രവാളം

ഭാഷാപദങ്ങളും സംസ്കൃതപദങ്ങളും ഇടകലർത്തിയുള്ള ശൈലിയാണ് കുത്തിയോട്ടപാട്ടുകളുടെ വരിഷ്ഠ രചനകളെന്നു ഗണിക്കാവുന്ന കൃതികളിൽ കാണാനാവുന്നത്. 'ഭാഷാ സംസ്കൃത യോഗേ മണിപ്രവാളം' എന്നിങ്ങനെ വിവരിക്കപ്പെടുന്ന മണിപ്ര വാള ലക്ഷണങ്ങൾ അക്ഷരാർത്ഥത്തിൽ കുത്തിയോട്ടപ്പാട്ടുകളിൽ പ്രകടമായി കാണാം. അതിനാൽ ഈ പാട്ടുകളെ മണിപ്രവാള രച നകളിൽ ഉൾപ്പെടുത്തി മനസ്സിലാക്കാമെന്ന് ചിലർ കരുതുന്നു(41).

ഉദാഹരണത്തിന്, ദേവീമാഹാത്മ്യം, നാലാംപാദത്തിലെ,

'ഹാഡകളോഡയിലാടിവസിപ്പൊരു പേടമാൻകണ്ണിതൻ
മോടികൾകണ്ടുള്ളാടിയുഴന്നഥ വാടിപാരം'(42)

ഈ വിധം വാർന്നുവീഴുന്ന വരികളിൽ പാലിൽ നീരെന്നപോലെ സംസ്കൃതവും മലയാളവും വേഴ്ചപൂണ്ടിരിക്കുന്നതായി കാണാം. സമാനമായ മറ്റൊരു സന്ദർഭമിതാ:

'ക്ഷേമോദയം രാമഭദ്രലീലാമൃതം
സീമയകന്നുരചെയ്തീടുന്നേൻ
ഭൂമൗ ദിനകരവംശേ അയോദ്ധ്യയിൽ
ഭൂപൻ ദശരഥസൂനുവായി
രാമനെന്നുള്ളഭിധാനനാം ഭോഗീന്ദ്ര
ശായി ജനാർദ്ദനൻ ജാതനായി'(43)

ഈവരികളൊക്കെ മണിപ്രവാളത്തിന്റെ ചാരുതയും സുഗന്ധ വും പേറുന്നവയാണ്. എന്നാൽ നാടൻ പാട്ടു വഴക്കത്തിലുള്ള കു ത്തിയോട്ടപ്പാട്ടിൽ സംസ്കൃതാധിക്യം പിൽക്കാലത്തുണ്ടായ സ്ഖലി തങ്ങളാണെന്ന പക്ഷക്കാരുമുണ്ട്(44).

'ഏഷബാണോദർപ്പഹീനാ
ഹ്യസ്ത്യധുനാ ഇതി
ഭാഷിതം തം ദാമോദരോ
പീതമമാഹാ'*

ഇത്യാദി 'കടുസംസ്കൃതയോഗ'വും അപൂർവ്വമായി പാട്ടുക ളിൽ കടന്നു വരാറുണ്ട്.

---

* ബാണയുദ്ധം, നാലാംപാദം

പാട്ടുകളിലെ വിഷയവൈവിധ്യം

പ്രതിപാദ്യ വിഷയങ്ങളെ അടിസ്ഥാനമാക്കി, പുരാണ/ ഇതിഹാസ കഥപ്പാട്ടുകൾ, ചടങ്ങു പാട്ടുകൾ, സ്തുതിപ്പാട്ടുകൾ, സഭാവന്ദനപ്പാട്ടുകൾ, വിജ്ഞാന/വിനോദപ്പാട്ടുകൾ, സാമൂഹിക ഇതിവൃത്തപ്പാട്ടുകൾ, പൊലിവു പാട്ടുകൾ, മംഗളപ്പാട്ടുകൾ, എന്നിങ്ങനെ കുത്തിയോട്ടപ്പാട്ടുകളെ പൊതുവെ എട്ടായി തരംതിരിക്കാം. ഈ വിഭാഗങ്ങളെ വ്യക്തമായി അടയാളപ്പെടുത്തുന്നതോ നിർണ്ണയിക്കാനാവുന്നതോ ആയ പ്രത്യേകം പാട്ടുകൾ അഥവാ ഒറ്റപ്പാട്ടുകൾ തീരെയില്ല എന്നത് എടുത്തു പറയേണ്ടതാണ്.

എന്നല്ല, ഭക്തിക്കൊപ്പം ശൃംഗാരം, വീരം, ഭയം, ഫലിതം, പരിഹാസം തുടങ്ങിയ വികാരങ്ങളെ ജനിപ്പിച്ച് ശ്രോതാക്കളിൽ കൗതുകാവേഗങ്ങൾ സൃഷ്ടിക്കുവാനും അതുവഴി പാട്ടിലുടനീളം അവരു

ടെ ശ്രദ്ധാപൂർണ്ണമായ പിന്തുണനേടാനും രചയിതാക്കൾ ശ്രദ്ധിക്കുന്നു. അതിനാൽ അത്തരം ഉപ വിഭാഗങ്ങളിലുൾപ്പെടുത്തിയും അവയെ പഠിക്കാവുന്നതാണ്.

പുരാണ ഇതിഹാസപ്പാട്ടുകൾ

ദേവീമാഹാത്മ്യം, ദാരികവധം, ദക്ഷയാഗം, ഹരിഹര പുത്രോൽപ്പത്തി, രാമായണം, പൂതനാമോക്ഷം, ബാലിവധം, ഭസ്മാസുരവധം, മാർക്കണ്ഡേയപുരാണം, അജാമിളമോക്ഷം, കിരാതം തുടങ്ങിയ പാട്ടുകൾ പുരാണ കഥാവലംബികളാണ്.

ഒരേ ഇതിവൃത്തംതന്നെ ഒന്നിലധികം നാട്ടു കവികൾ കവിത കെട്ടാൻ ഉപയോഗിച്ചതായി കാണാം. ദക്ഷയാഗമാണ് ഇപ്രകാരം ഏറ്റവും കൂടുതൽ പ്രാദേശിക കവികളെ പ്രചോദിപ്പിച്ച ഇതിവൃത്തമെന്നാണ് പാട്ടുകളുടെ ബാഹുല്യം കാണിക്കുന്നത്. ആറു കവികളാണ് ദക്ഷയാഗത്തെ ഇതിവൃത്തമാക്കി പാട്ടുകെട്ടിയത്. മുതുകുളം മീനത്തതിൽ കേശവപിള്ള, മറ്റം വെന്നിയിൽ ശങ്കരപ്പിള്ള വൈദ്യൻ, മറ്റം തോണ്ടുതറയിൽ ഡി. നാരായണപിള്ള, ഭദ്രൻ ചെട്ടികുളങ്ങര, പ്രയാർ രാധാകൃഷ്ണക്കുറുപ്പ്, ഹരിപ്പാട് കരുവാറ്റ പങ്കജാക്ഷൻപിള്ള തുടങ്ങിയവരാണ് ദക്ഷയാഗം കഥ കുത്തിയോട്ടപ്പാട്ടായി എഴുതിയത്. തൊട്ടടുത്ത് ദാരികവധമുണ്ട്. മൂന്നു കവികൾക്ക് അത് ഇഷ്ട പ്രമേയമായി. മറ്റം വെന്നിയിൽ ശങ്കരപ്പിള്ള വൈദ്യൻ, പേള എം.കെ വേലായുധൻപിള്ള, ചെട്ടികുളങ്ങര കളീയ്ക്കൽ പരമേശ്വരൻപിള്ള (പാച്ചനാശാൻ) എന്നിവരെയാണ് ദാരികവധം പ്രചോദിപ്പിച്ചത്. ദേവീമാഹാത്മ്യം എന്ന പേരിൽ രണ്ടു കവികൾ പാട്ടെഴുതിയിട്ടുണ്ടെങ്കിലും, അതിൽ ഒന്ന് മുതുകുളം വടക്കൻകോയിക്കൽ ഭഗവതിയെയും മറ്റൊന്ന് ചെട്ടികുളങ്ങര ഭഗവതിയെയും സ്തുതിക്കുന്നവയാണ്. മീനത്തതിൽ കേശവപിള്ള, കളീക്കൽ പരമേശ്വരൻപിള്ള എന്നിവരാണ് യഥാക്രമം ഈ പാട്ടുകൾ എഴുതിയത്. അയ്യപ്പചരിതത്തെ ഇതിവൃത്തമാക്കി മൂന്നു കവികൾ കവിത കൊരുത്തു. കളീക്കൽ പരമേശ്വരനാശാൻ, ഭദ്രൻ ചെട്ടികുളങ്ങര, ഡി. അനിൽ പ്രസാദ് എന്നിവരാണവർ.

എതിരാളികൾക്കു മേലുള്ള ശ്രീഭദ്രകാളിയുടെ വിജയമാണ് ദേവീമാഹാത്മ്യം, ദാരികവധം തുടങ്ങിയവയുടെ ഇതിവൃത്തം. പാട്ടുകളിൽ പ്രാമുഖ്യവും അമ്മവാഴ്ത്തുകളിൽപ്പെടുന്ന ഇത്തരം പാട്ടുകൾക്കു തന്നെയാണ്. കുത്തിയോട്ടം ഭദ്രകാളീ പ്രീതിക്കു വേണ്ടിയുള്ളതാകയാൽ അത്തരം കഥകളുടെ ആഖ്യാനം പാട്ടുകളിൽ അനി

വാര്യമായി വരുന്നു. കേരളത്തിൽ ഭദ്രകാളീ പ്രീതിക്കു വേണ്ടിയുള്ള അനുഷ്ഠാനപ്പാട്ടുകളിൽ ഭൂരിഭാഗവും കാളി-ദാരിക സംഘർഷത്തെ അടിസ്ഥാനപ്പെടുത്തി ഉണ്ടായിട്ടുള്ളവ ആണെന്നതും പ്രത്യേകം ഓർക്കാവുന്നതാണ്. മധുകൈടഭന്മാർ, ദാനവർ തുടങ്ങിയവരും ചില പാട്ടുകളിൽ ഭദ്രകാളിയോട് ഏറ്റുമുട്ടുന്നവരായുണ്ട്. ഈ പാട്ടുകളിലൂടെ വീര മാതാവായി കാളി ഭക്തജന മനസ്സുകളിൽ ചിരപ്രതിഷ്ഠിതയാവുന്നു. വസൂരി പോലുള്ള മാരക രോഗദുരിതങ്ങളുടെ, പ്രകൃതിദുരന്തങ്ങളുടെ കൊടിയ വികൃതികളെ- ദുർഘട സന്ധികളെ- സമർത്ഥമായി തരണം ചെയ്യാൻ ഭഗവതി എന്നും തങ്ങളുടെ കൂടെയുണ്ടാകുമെന്ന വിശ്വാസം ഭക്തരിൽ ഉറയ്ക്കുന്നതിന് ഈ പാട്ടുകൾ ഉപകരിക്കുന്നു.

ശൈലപുത്രി, ബ്രഹ്മചാരിണി, ചന്ദ്രഘണ്ഡാ, കുഷ്മാണ്ഡ, സ്കന്ദമാതാ, കാർത്യായനി, കാളി (കാലരാത്രി), മഹാഗൗരി, സിദ്ധിദാത്രി എന്നിങ്ങനെയാണ് ദുർഗ്ഗയുടെ ഒൻപത് ഭാവങ്ങൾ. നവരാത്രികാലത്ത് ദേവിയുടെ ഈ ഒൻപതുഭാവങ്ങൾ ഓരോ ദിവസവും പ്രകീർത്തിക്കപ്പെടുന്നു. ഓരോ ദിനവും ഓരോ ദുർഗ്ഗയെയാണ് ആരാധിക്കുന്നത്. തോറ്റം പാട്ടിലും ഇതുപോലെ ഓരോ ദിവസവും പാട്ടുകളിൽ വ്യത്യസ്തത നിഷ്കർഷിക്കപ്പെട്ടിരിക്കുന്നു. ഇതിൽ ഓരോദിവസവും പറയുന്ന (പാടുന്ന) കഥയും അതിന്റെ ചടങ്ങുകളും പരസ്പരം ബന്ധപ്പെട്ടിരിക്കും. കണ്ണകിയുടെ കഥയാണ് ഇതിന്റെ ഇതിവൃത്തം. ദേവിയെ പാടി കുടിയിരുത്തി കഥ തുടങ്ങലാണ് ആദ്യദിനം. തുടർന്ന് ഓരോ ദിവസങ്ങളിൽ ക്രമമായി- ദേവിയുടെ വിവാഹ ഒരുക്കങ്ങൾ, കോവലനും ദേവിയുമായുള്ള വിവാഹവർണ്ണന (മാലപ്പുറംപാട്ട്), ദേവിയുടെ നിർബന്ധത്തിനുവഴങ്ങി കോവലൻ ചിലമ്പു വിൽക്കാനായി പോകുന്നത്, കോവലനെ സ്വർണ്ണപ്പണിക്കാരൻ പാണ്ഡ്യരാജാവിന്റെ സദസ്സിൽ എത്തിക്കുന്നത്, അധികാര ലഹരിയിൽ പാണ്ഡ്യരാജാവ് കോവലനെ മോഷ്ടാവെന്ന കുറ്റം ചുമത്തി വധിക്കുന്നത്, മരണവാർത്തയറിഞ്ഞ ദേവി കൈലാസത്തിൽ ചെന്ന് വരംവാങ്ങി കോവലനെ ജീവിപ്പിക്കുന്നത്, കോപാകുലയായി ദേവി സ്വർണ്ണപ്പണിക്കാരനെ വധിക്കുന്നത്, ദേവിപാണ്ഡ്യരാജാവിനെ വധിക്കുന്നതിന്റെ വിജയാഘോഷം ജനങ്ങൾ പൊങ്കാലയിട്ട് ആഘോഷിക്കുന്നത്- പാടുന്നു. എന്നാൽ, നവരാത്രികാല ആഘോഷം പോലെയോ തോറ്റംപാട്ടുകൾ പോലെയോ കുത്തിയോട്ടത്തിൽ ദേവിയുടെ ഭാവങ്ങൾക്ക് വ്യത്യസ്തത സങ്കല്പിക്കപ്പെട്ടിട്ടില്ല. അതിനാൽ പാട്ടുകളിൽ ഇന്ന ഭാഗം വരെ ഓരോ ദിവ

സവും പാടണം എന്ന നിബന്ധന ഇല്ല[45].

അഹല്യാമോക്ഷം, ഉഷാപരിണയം, സ്വാഹാപരിണയം, പാഞ്ചാലീ വസ്ത്രാക്ഷേപം, കല്യാണ സൗഗന്ധികം, നളചരിതം, ശാകുന്തളം തുടങ്ങിയവ ഇതിഹാസങ്ങളിൽ നിന്നെടുത്ത ഇതിവൃത്തങ്ങളുടെ സ്വതന്ത്രാഖ്യാനങ്ങളാണ്. പുരാണ - ഇതിഹാസ കഥകളെ ഭക്തി നിർഭരമായും കല്പനാ ചാതുര്യത്തോടെയും അവതരിപ്പിക്കുന്ന നാടൻകവികളെ ഈ പാട്ടുകളിൽ ഉടനീളം കാണാം. ഒപ്പം, സദസ്സിനെ പിടിച്ചിരുത്താനുള്ള പൊടിക്കൈകളെന്ന നിലയിൽ ശൃംഗാര വർണ്ണനകൾക്കുള്ള ഇടവും സാധ്യതയും ഇത്തരം ഇതിവൃത്തങ്ങൾക്കുണ്ട്. വെൺമണിക്കവിളുടെ പാരമ്പര്യത്തെ അനുസ്മരിപ്പിക്കുന്ന വർണ്ണനകൾ കൊണ്ടു സമ്പന്നമാണ് ശാകുന്തളം പോലുള്ള കഥകൾ.

കുത്തിയോട്ടത്തിൽ കഥകളും പാട്ടുകളും ഏറെയുണ്ടെങ്കിലും, ഇരുപതോളം കൃതികളാണ് ഏറെ പ്രയുക്തം[46, 47]. എങ്കിലും, കുത്തിയോട്ടപ്പാട്ടുകളിലെ പ്രധാന ആകർഷണം ഭദ്രകാളിപ്പാട്ടുകളാണെന്നതു നിസ്തർക്കമാണ്.

എന്നാൽ, ഭദ്രകാളി ചരിതവും ഭദ്രകാളിയും ആധുനികാലത്ത് പാട്ടുകളിൽ നാമമാത്രമായിത്തീരുകയോ കുടിയിറക്കപ്പെടുകയോ ചെയ്യുന്നുണ്ട്. കുത്തിയോട്ടത്തിന്റെ തട്ടകങ്ങൾ വിപുലപ്പെടുകയും നിരവധിയായ പ്രാദേശിക ദേവതാ സ്തുതികൾ തൽസ്ഥാനം കവരുകയും ചെയ്തിട്ടുണ്ട്. കേവല വർണ്ണനകളോ, പ്രാർത്ഥനാംശങ്ങളോ, കാല്പനികാവേശങ്ങളോ മാത്രമായി അധുനാതനമായ അത്തരം പാട്ടുകൾ പരിമിതപ്പെടുന്നുവെന്നതും യാഥാർത്ഥ്യമാണ്. ഒരു ഇതിവൃത്തത്തിന്റെ ക്രമാനുഗതമായ വളർച്ചയോ, ചടുലമായ ആവിഷ്കാരമോ, വികാസ പരിണാമമോ ആധുനിക രചനകൾക്കില്ല.

ചടങ്ങുപാട്ടുകൾ

കുത്തിയോട്ടത്തിന്റെ ചടങ്ങുകൾ വിവരിക്കുന്ന ചുരുക്കം ചില പാട്ടുകളെങ്കിലും ലഭ്യമാണ്. ചടങ്ങുപാട്ടുകൾ എന്ന നിലയിൽ പൂർണ്ണതയുള്ള രചനകൾ ഇല്ലെങ്കിലും, പഴയ പലപാട്ടുകളിലും ചടങ്ങുകൾ ആനുഷംഗികമായി കടന്നുവരാതെയുമില്ല. ഇപ്രകാരം, പഴയ തലമുറയിൽപ്പെട്ടവരും പുതു തലമുറയിൽപ്പെട്ടവരും ചടങ്ങുകൾ വിവരിക്കുന്ന പാട്ടുകൾ കെട്ടിയിട്ടുണ്ട്. ഡി. നാരായണപിള്ള ആശാന്റെ 'കളമൊരുക്ക്' പാട്ട് ആധുനിക കാലത്തുണ്ടായ സ്വത

ന്ത്രമായ ഒരു രചനയാണ്. ചടങ്ങുകളെക്കുറിച്ചു വിവരിക്കുവാൻ മാത്രമായി ഉണ്ടാക്കപ്പെട്ട പാട്ടുകളിൽ ശ്രദ്ധേയമാണിത്. മുൻ കാലങ്ങളിൽ പല പാട്ടുകളും ഓരോ കുത്തിയോട്ട സംഘക്കാരുടെയും സ്വന്തമായിരുന്നു. മറ്റാളുകൾ അത് കവർന്ന് അവതരിപ്പിക്കുക പതിവില്ല. അതിനാൽ, പല സംഘങ്ങൾക്കും ഇതര കര (ഭൂമിക)യിലെ പല പാട്ടുകളെക്കുറിച്ചും അറിവുണ്ടായിരിക്കണമെന്നുമില്ല. നവമാധ്യമങ്ങളുടെ വരവോടെ അത്തരം അദൃശ്യമായ അതിർവരമ്പുകൾ അതിലംഘിക്കപ്പെട്ടു.

കളമൊരുക്ക് എന്ന ചടങ്ങുപാട്ടിലെ ഏതാനും ഭാഗങ്ങൾ ഇപ്രകാരം വിടരുന്നു:

'വീടും പരിസരോം വൃത്തിയാക്കീടേണം
വീട്ടിലുള്ളോർക്കാത്മശുദ്ധിവേണം
മോടിയേറുന്നൊരു പന്തലിലമ്മയെ
പീഠത്തിലേറ്റിയിരുത്തിടേണം
മൂലസ്ഥാനങ്ങളിലെല്ലാം വഴിപാടു
കാലേകൂട്ടിത്തന്നെ ചെയ്തിടേണം
മൺമറഞ്ഞോർക്കെല്ലാം ആത്മശാന്തിക്കായി
സത്ക്കർമ്മമെല്ലാമനുഷ്ഠിക്കേണം
കുത്തിയോടിക്കുവാൻ വൃത്തിയുള്ള ബന്ധു
ബാലകന്മാരെ വരുത്തിടേണം
ഹൃത്തിൽ ഭഗവതി തന്നെനിനച്ചവർ
ക്കത്തലില്ലാതെനാം നോക്കിടേണം'(48)

എന്നിങ്ങനെ പോകുന്നു പാട്ടിൽ തെളിയുന്ന കുത്തിയോട്ട ചടങ്ങിന്റെ പ്രാരംഭ വിവരണങ്ങൾ. കവിത്വത്തേക്കാൾ ചടങ്ങുകളുടെ സന്ദർഭങ്ങളെ ആർക്കേവ് ചെയ്തു സൂക്ഷിക്കപ്പെടുന്നു എന്ന നിലയിലാണ് ഇതിന്റെ സർവ്വകാല പ്രസക്തി. വിശേഷിച്ചും, പുതിയ പുതിയ സന്ദർഭങ്ങളെയും ചടങ്ങുകളെയും തിരുകിക്കയറ്റി ഓരോ സംഘങ്ങളും ചടങ്ങുകൾ അനന്യവും അചുംബിതവുമാക്കാൻ വ്യഗ്രതപ്പെടുന്ന ആധുനിക അവതരണ കാലത്ത്.

'ലക്ഷണമൊക്കെനൽ പക്ഷമാക്കീടുവാൻ
ദക്ഷിണയും ഗുരുക്കൾക്കു നൽകി
ദോഷമില്ലാതിതു മംഗളമാക്കുവാൻ
ലക്ഷ്മീഭഗവതി കാത്തിടേണം'

എന്നു പറഞ്ഞാണ് ഇത് കവി അവസാനിപ്പിക്കുന്നത്.

'ചെട്ടികുളങ്ങര ഭരണിമഹോത്സവം' എന്ന പ്രസിദ്ധമായ പാട്ടു

കൃതിയിൽ കുത്തിയോട്ടചടങ്ങുകൾ സ്പഷ്ടമായി വിവരിക്കപ്പെടുന്നുണ്ട്. അത് ഇങ്ങനെ:

'കുമരിക്കു പന്തലിട്ടു കുലവാഴത്തടിയെനാട്ടി
കുത്തിയോട്ടക്കളമൊരുക്കിച്ചെത്തിമാലതൂക്കി
വീരാളിപ്പട്ടിനാലെനീളെനീളെയലങ്കരിച്ചു
നിലമാകെനീർമെഴുകിപ്പൂതൂക്കി
നിലവിളക്കിൽതിരികൊളുത്തിനിറപറ
നിറനാഴിവെച്ചു നീരപ്പൂവേണിയാൾക്ക്
കോടിഭക്തർതേടുംകാമകോടി സുന്ദരിയെ
കോവിലുക്കലങ്കാരമായികുടിയിരുത്തി
അവൽമലർപഴവും അഴകിനതേൻകനിയും
അടിമലർവണങ്കിയാനെ മുറപടിഒരുക്കി
സുന്ദരസുഗന്ധമാനചന്ദനാദിഗന്ധം
പന്തലിൽപരിമണസുഗന്ധവുംപരത്തി
ചന്തമണിദേവിയാൾ പടത്തിൽ മാല്യംചാർത്തി
ചന്ദ്രകാന്തിതോറ്റിടുംദീപാവലി പരത്തി
കുത്തിയോട്ടക്കുഴന്തകളെ ഭദ്രമായ് ഒരുക്കി
ഭദ്രകാളിത്തിരുനടയിൽ ഭക്തിയായ്നിറുത്തി
ദക്ഷിണാദികർമ്മമെല്ലാം
ശിക്ഷയിൽനടത്തി
ദാക്ഷായണിയാംസർവ്വസാക്ഷിയെ വണങ്ങി'

കുത്തിയോട്ടാനുഷ്ഠാനത്തിന് കുട്ടികളെ പരിശീലിപ്പിച്ചൊരുക്കുന്നതിന്റെ സുവ്യക്തചിത്രം ഈ വരികളിൽ വിളക്കിച്ചേർത്തിരിക്കുന്നു. ഇവകൂടാതെ, മറ്റു ചില പാട്ടുകളിലും പഴയകാലത്തെ ചടങ്ങുകളുടെ ചിത്രം ലഭിക്കുന്നുണ്ട്. അതിലൊന്ന് പ്രസിദ്ധമായ ശാകുന്തളം കഥയാണ്.

'പട്ടുടയാടയും പുത്തനുറുമിയും
അഞ്ചുതിരിയുള്ള പൊൻവിളക്കും
നെൻമണി തിങ്ങിയൊരൊത്ത നിറപറ
യ്ക്കുള്ളിൽ തിരുകിയ പൂങ്കുലയും
തമ്പുരാട്ടി നിന്റെ തൃപ്പാദത്തിൽവെച്ചു
പുഷ്പങ്ങളർപ്പിച്ചു വന്ദിക്കുന്നേൻ'

ഇപ്രകാരം ശാകുന്തളം പാട്ടിൽ ചടങ്ങുകൾ അനശ്വരപ്പെടുത്തിയിരിക്കുന്നു. അജ്ഞാതകർതൃകമായ മറ്റൊരു പാട്ടിൽ ചടങ്ങുകൾ ഇങ്ങനെ സൂചിപ്പിക്കപ്പെട്ടിരിക്കുന്നു:

'പൂക്കുലമാലമാന്തെളനീരു
മാന്തെളിർ ചെമ്പരുത്തി
പൂമലരും കുരുത്തെഴുമോല
വമ്പുള്ള ചെമ്പഴുക്ക
നാക്കില തന്നിൽ വെള്ളരിവെള്ള
വെറ്റില നല്ല തേങ്ങ
നാക്കുചേരും വിക്കോട് പീഠ
മേറിന കുലദൈവം
പാട്ടിനിരിപ്പാൻ മെത്തിനവാൾ
കടുത്തിലശൂലം കൊൾവാൾ
പട്ടിനലങ്കരിച്ച കളത്തിൽ
വന്നുടനാടുമമ്മേ'

കാലം പോകെപ്പോകെ പലവിധത്തിലുള്ള ഏറ്റക്കുറച്ചിലുകൾ അനുഷ്ഠാന ഗാത്രത്തിൽ സംഭവിച്ചേക്കാമെങ്കിലും പാട്ടുകൾക്കിടയിലെ ഇത്തരം ചില പരാമർശങ്ങൾ കുത്തിയോട്ടാനുഷ്ഠാനത്തിന്റെ ഗതകാല രൂപഘടനയിലേക്ക് വെളിച്ചം വീശാനുപകരിക്കുകതന്നെ ചെയ്യും.

സ്തുതിപ്പാട്ടുകൾ

'സ്തുതിപ്പ്' എന്നു കുത്തിയോട്ട സംഘക്കാർ പൊതുവെ പറയുന്ന സ്തുതിപ്പാട്ടുകളും പാട്ടുവഴക്കങ്ങളിൽ തെളിഞ്ഞു കാണാം. കേരളത്തിൽ ഭക്തിനിർഭരവും ഹൈന്ദവുമായ ഏതൊരു ചടങ്ങും ഗണപതിയെ സ്മരിച്ചു കൊണ്ടാണെല്ലോ മിക്കവാറും ആരംഭിക്കുന്നത്. എന്നാൽ, കുത്തിയോട്ടത്തിൽ, ഈ രീതിയ്ക്ക് ചെറിയ മറ്റമുണ്ട്. കുത്തിയോട്ടത്തിന്റെ ആരംഭത്തിൽ, ഗണപതിയെ സ്തുതിക്കുന്നതിനു പകരം ചടങ്ങിന്റെ അധിദേവതയായ ഭദ്രകാളിയെ സ്തുതിച്ചുകൊണ്ടാണ് പാട്ടുകൾ ആരംഭിക്കുന്നത്. ഇത്തരം ദേവീ സ്തുതികളിൽ പ്രാധാന്യം മീനത്തതിൽ കേശവപിള്ളയുടെ ദേവീമാഹാത്മ്യത്തിനു തന്നെ. എങ്കിലും ചെട്ടികുളങ്ങരയിലെ ചില സമിതികൾ അവരുടെ സ്വന്തമായ ദേവീസ്തുതികളും പാടാറുണ്ട്. ഗണപതി, വാണിമാതാവ് എന്നിവരെ സ്തുതിക്കുന്ന പാട്ടുകളും പ്രസിദ്ധമാണ്.

'അമ്മേ ഭഗവതി നാരായണി ഗൗരി' എന്നു തുടങ്ങുന്ന അക്ഷരമാലാ ക്രമത്തിലുള്ള സ്തുതി വളരെ പ്രസിദ്ധമാണ്. ഏഴു പാദങ്ങളിൽ പതിനാല് ഈരടികളാണ് ഇതിനുള്ളത്. ആകെ ഇരുപത്തിയെട്ടു വരികൾ. 'ശ്രീഭദ്രകാളിക്കു മുഖ്യമായിട്ടുള്ള / ശ്രീകരമാകിയ

കുത്തിയോട്ടം' എന്ന വിഖ്യാത വരികളിലാണ് സ്തുതി അവസാനിക്കുന്നത്. പഴയകാല പാട്ടുകളിൽ ഒന്നായി ഇതിനെ കണക്കാക്കുന്നു. 'കൊടുങ്ങല്ലൂർ സ്വദേശിയായ ഒരു വാര്യരായിരുന്നു അതിന്റെ പ്രസാധകൻ. എഴുതിയത് മറ്റാരോ ആണ്'[49]. ഈരടികൾക്ക് താനവട്ടം ചേർത്ത് സ്തുതിപ്പാക്കിയതാണ് ഈപാട്ട്.

ചെട്ടികുളങ്ങരയിൽ തിരുവാഭരണ ഘോഷയാത്രയും തിരുവാഭരണ ദർശനവും (കാർത്തികദർശനം) ആരംഭിച്ച വർഷം (2018 മാർച്ച് 22) മുതൽ പതിമൂന്നു കരകളിലെയും കുത്തിയോട്ട സംഘങ്ങൾ ഒന്നുചേർന്ന് അത്താഴപ്പൂജയ്ക്കു ശേഷം കുത്തിയോട്ടം അരങ്ങേറുന്ന പതിവു തുടങ്ങി. ഈ ചടങ്ങിൽ ഏവരും ചേർന്ന് ആലപിക്കുന്നത് ഈ സ്തുതിയാണ്.

അനുഷ്ഠാന വേളയിൽ എല്ലാ ദിവസവും ദേവീസ്തുതി പാടണമെന്ന് വ്യവസ്ഥയുണ്ട്. ആദ്യത്തെ പാട്ട് അതാണ്. അതിന് ശേഷം ആശാന്റെ തീരുമാനം അനുസരിച്ച് ഏതു കഥയും പാടാവുന്നതാണ്. 'ദേവീമാഹാത്മ്യം' പാടണമെന്നാണ് എന്റെ ഗുരുവിന്റെ നിർദ്ദേശം[50]. ഏത് കഥ അവതരിപ്പിച്ചാലും അതിന്റെ നാലു പാദങ്ങൾ തീരുന്നതുവരെ കുട്ടികൾക്ക് പരിശീലനം നൽകണം. രേവതി നാൾ വരെയും ഇത് തുടരും.

തിരുവോണം (ശിവരാത്രി) മുതൽ ഉത്രട്ടാതി വരെയുള്ള കുത്തിയോട്ട പരിശീലനകാലത്ത്, ഓരോദിവസവും ദേവീസ്തുതികൾ കൊണ്ടാണ് പാട്ടുകൾ തുടങ്ങുന്നത്.

ഏതു ദേവസന്നിധിയിലിരുന്നാണോ പാട്ടു കെട്ടിയത്, ആ ക്ഷേത്രാധിദേവതയെ പാട്ടിൽ വാഴ്ത്തി സ്തുതിച്ചുകൊണ്ട് പാട്ടാരംഭിക്കുക എന്നത് മീനത്തതിൽ കേശവപിള്ളയെന്ന പാട്ടുകവിയുടെ രചനകളുടെ ഒരു സവിശേഷതയാണ്.

ഹരിപ്പാട് സുബ്രഹ്മണ്യസ്വാമിയുടെ സവിധത്തിലിരുന്നാണ് മീനത്തതിൽ കേശവപിള്ള ഉത്തരാ സ്വയംവരം കഥപ്പാട്ട് രചിച്ചു തുടങ്ങിയതെന്നാണ് പ്രസിദ്ധി. ആ കൃതിയിൽ ഹരിപ്പാട്ടു വേലായുധനെ സ്മരിക്കുന്നുണ്ട്.

'കൈലാസശൈലേ വസിച്ചരുളീടുന്ന
കാലാരിതാനും ഗണപതിയും
മൂലമാം ദൈവതമാകും ഹരിപ്പാട്ടു
വേലായുധനും തുണതരിക' [51]

മുതുകുളം പാണ്ഡവർകാവ് ഭഗവതിയെ സരസ്വതിയായി സങ്കല്പിച്ച് സ്തുതിക്കുന്നതിപ്രകാരം:

'ആലോലകീലോല ജാലങ്ങളും തിര
മാലകളാകെ വിലസും പോലെ
കോലാഹലത്തോടു വാണീ ഭഗവതി
ഖേലനം ചെയ്യണേ നാവുതന്നിൽ'(52)
ഏവൂർ ശ്രീകൃഷ്ണഭഗവാനെ സ്മരിക്കുന്നവരികൾ:
'കാലുവിനാഴിക പോലും മടിയാതെ
പാലനം ചെയ്യണേ മേലിൽമേലിൽ
പാലാഴിമങ്കയും പാലിക്കണം വന
മാലിയായുള്ളൊരു മാധവനും'

ഒരു പാട്ടിൽ, മുതുകുളം കൊല്ലകൽ ഭഗവതിയെ സ്തുതിക്കുന്നതിങ്ങനെ:

'ജാലങ്ങളോരോരോ ജാലമുണ്ടെങ്കിലും
ശീലഗുണമുള്ള ഭദ്രകാളി
മാലുതീർത്തീടിലോ ശോഭിക്കും പൊൻമണി
മാലയ്ക്കു നൽപ്പട്ടു നൂലുപോലെ'
കീരിക്കാട് രാമപുരത്ത് ഭഗവതിയുടെ സ്തുതി ഇപ്രകാരം:
'ഭൂലോകമെല്ലാം വിളങ്ങും ഭഗവതി
തോല്‌വി തീർത്തീടെണേ തമ്പുരാട്ടീ
പാലനം ചെയ്യണേ ഞാനിന്നൊരുകഥ
ചാലവേ ചൊല്ലാനനുഗ്രഹിക്കൂ..'

കുചേലവൃത്തം പാട്ടിന്റെ പ്രാരംഭത്തിൽ,
'മായേ മനോഹരി, തായേ ജഗന്മായേ
നീയേഗതിയെനിക്കെന്നുമോർത്താൽ'
എന്നൊരു ഭഗവതി സ്തുതി കാണാം.
അതേകൃതിയിൽ മറ്റൊരിടത്ത്,
'ശ്രീകരിവീര മുഖവനും വാണിയും
ശ്രീഗുരുനാഥനും സൂരികളും
നാഗവിഭൂഷണൻ നാഗേന്ദ്രശായിയും
നാഗാധിപനും തുണച്ചിടേണം'

എന്ന പ്രാർത്ഥനയുമുണ്ട്. ഈ ഈരടികളിൽ, ഗണപതിയെയും സരസ്വതിയെയും ഗുരുനാഥനെയും മാത്രമല്ല, പൂർവ്വസൂരികളുടെ മഹാപാരമ്പര്യത്തെയും ശ്രീപരമേശ്വരനെയും ശ്രീമഹാവിഷ്ണുവിനെയും നാഗരാജാവിനെയും അനുസ്മരിച്ച് കവി സ്തുതിക്കുന്നു. എന്നാൽ, അവർക്കായി കൂടുതൽ ഈരടികൾ ചെലവിടുന്നി

ല്ല. ഓരോ കവികളുടെയും ഇഷ്ട ദേവതകളും ഗുരുക്കന്മാരും ഗ്രാമദേവതയും വ്യത്യാസപ്പെട്ടിരിക്കും. അവ പാട്ടുകളിൽ തെളിഞ്ഞു കാണാം. എന്നാൽ, അവരോടുള്ള കവിയുടെ ഭക്തിക്കും പരിഭവത്തിനും പ്രാർത്ഥനയ്ക്കും കുറവൊന്നുമില്ലെന്നും പാട്ടുകൾ തെളിവുനൽകുന്നു.

കുത്തിയോട്ടപ്പാട്ടുകൾ പൊതുവേ പൊലിമയുള്ള വാക്കുകളുടെ ധാരാളിത്തം കൊണ്ട് ശ്രദ്ധേയമെങ്കിലും, പല സ്തുതിപ്പുകളിലും ദേശദേവതയെയോ ഇഷ്ട ദേവത(യെ/കളെ)യോ ഗുരുവരന്മാരെയോ തുണയ്ക്കായി അനുസ്മരിച്ചു വണങ്ങുക മാത്രമാണ് കവികൾ ചെയ്യുന്നത്. ഈ ദേവതകളുടെ വർണ്ണനകൾക്കു വേണ്ടി കൂടുതൽ ഈരടികൾ ഉപയോഗിക്കുന്നില്ല എന്നതും ശ്രദ്ധേയമാണ്. സ്ഥൂല വർണ്ണനകൾ ഇല്ലെങ്കിലും, ദേവതകളെ അവഗണിക്കുന്നില്ല എന്നതാണ് പ്രധാനം. ഭക്തിയുടെ അന്തരീക്ഷം നിലനിർത്താൻ ഇത് ഉപകരിക്കുന്നു. എന്നാൽ, ഇതിവൃത്തത്തിലേക്ക് കടക്കുമ്പോൾ, അവയ്ക്ക് അനുപൂരകമാം വിധം ചേതോഹരമായ വർണ്ണനകൾ കൊരുത്തു ചേർത്ത് കവിതകളെ ചൈതന്യവത്താക്കുന്നതും കൃതിയിൽ ഉടനീളം നമുക്കു കാണാനാവും. ഗ്രാമീണ കവികളുടെ ഔചിത്യദീക്ഷയെയാണ് ഇത് വ്യക്തമാക്കുന്നത്.

‘നാരായണൻ നളിനദല ലോചനൻ
നാരദാദി മുനിവൃന്ദവന്ദ്യൻ
പരിചൊടുവരമിന്നതികുതുകാലിഹതരുവാനായ്
ചരണ യുഗമഹം കൈതൊഴുന്നേൻ
വാരണവക്ത്രനുംഭാരതീദേവിയും
ധീരനാമെൻ ഗുരുനാഥൻതാനും
ഹരനും മുരഹരനും ഗുരുവരനും തുണതരികെപ്പൊഴു-
[illegible] ഞാൻവന്ദിക്കുന്നേൻ’

എന്നിവയും പ്രസിദ്ധങ്ങളായ സ്തുതിപ്പാട്ടുകളാണ്.

സഭാവന്ദനം

ദേവീസ്തുതി കഴിഞ്ഞാൽ ഗണപതി, സരസ്വതി, ദേശദേവത, ഗുരുക്കന്മാർ, സഭാവന്ദനം എന്നിവയാണ്. അതിനുശേഷമേ കഥയിലേക്കു കടന്നിരുന്നുള്ളൂ.

നമ്മേക്കാൾ യോഗ്യർ സദസ്സിൽ / ലോകത്തിൽ ഉണ്ടെന്ന ബോധം ആശാനും സംഘാംഗങ്ങൾക്കും ഉണ്ടാകണം. അതുപോലെ തിരിച്ചും. സഭാവന്ദനത്തിന്റെ ഉദ്ദേശം ഇതാണ്[53].

'ശ്രീഗുരുഭൂതകാരുണ്യാൽ തുടങ്ങുവാൻ
ഈ സഭാവന്ദനം ചെയ്തിടുന്നേൻ'(54)

എന്നിങ്ങനെയാണ് പാട്ടിൽ സഭാവന്ദനം കടന്നു വരുന്നത്. 'കീചകവധം' കഥയിൽ,

'പാട്ടുചൊല്ലി ഫലിപ്പിച്ചുകൊൾവാൻ മമ
വാട്ടമില്ലാതുള്ള ദൃഷ്ടശക്തി
ഒട്ടുമില്ലെങ്കിലും ലോകരെല്ലാമിതു
കേട്ടുകൊൾവിൻ പരിതുഷ്ടരായി'(55)

എന്നിങ്ങനെയും സഭാവന്ദനമുണ്ട്. അഹല്യാമോക്ഷത്തിലെ സഭാവന്ദനം ഇപ്രകാരമാണ്:

'മാതാവുമഗ്രജന്മാരും മഹാന്മാരും
ലോകരും ബന്ധുവർഗ്ഗങ്ങൾമറ്റും
മോദമോടെ വരമേകുവാനായി ഞാനാ
ദരവോടെ വണങ്ങിടുന്നേൻ'(56)

ഇപ്രകാരമുള്ള ഏതെങ്കിലും സഭാവന്ദനത്തിനുശേഷം മാത്രമേ കഥയിലേക്ക് പാട്ടുകാർ പ്രവേശിക്കാറുള്ളൂ.

വിനോദ / വിജ്ഞാനപ്പാട്ടുകൾ

കുത്തിയോട്ടപ്പാട്ടുകളിൽ പരിമളം പരത്തിശോഭിക്കുന്ന മറ്റൊരു സവിശേഷതയാണ് വിനോദപരമായ പാട്ടുകളും വിജ്ഞാനപ്രദമായ പാട്ടുകളും. ഏതുവിഷയത്തെയും കുറിച്ച് പാട്ടുകെട്ടാനുള്ള നാടൻ കവികളുടെ താല്പര്യവും സിദ്ധിയും ഇത്തരം പാട്ടുകളിലൂടെ വെളിവാകുന്നു.

കൊല്ലം ജില്ലയിൽ നിന്നുള്ള ഒരു പാട്ടിൽ,

'കൊണ്ടുവന്ന പണം തീർന്നുപോയെന്റക്ക
വല്ലപാടുണ്ടോ വഴക്കിനെല്ലാം
രണ്ടുരൂപാ കടംതന്നാൽ നിനക്കുഞാൻ
രണ്ടു നാളിന്നകം തന്നുകൊള്ളാം'(57)

എന്നൊരു സ്ത്രീ ചോദിക്കുമ്പോൾ,

'ശണ്ഠയുണ്ടാക്കാൻ തുടങ്ങിടാതെ വേഗം
കൊണ്ടുത്തരേണം മടിച്ചിടാതെ'

എന്നുള്ള മറുപടി കിട്ടുന്നു. ചന്തയിൽപ്പോക്കാണ് പാട്ടിലെ പ്രതിപാദ്യ വിഷയം. ഭക്തി മാത്രമായിരുന്നില്ല കുത്തിയോട്ടപ്പാട്ടുകളുടെ പ്രതിപാദ്യവും ഇതിവൃത്തവും എന്നുകൂടി ഇതു തെളിയിക്കുന്നു. പഴയകാലത്തെ നാട്ടുമ്പുറങ്ങളിലെ ജീവിതചിത്രം പാട്ടിൽ നിറഞ്ഞു

നിൽക്കുന്നു. അത് പരിചയമുള്ള സദസ്യരിൽ ഉള്ളുതുറന്നുള്ള ചിരി വിടരുന്നു.

'മാതള പഞ്ചാംഗഘൃതം' എന്നൊരു ആയുർവ്വേദ ഔഷധം നിർമ്മിക്കുന്നതിനെപ്പറ്റിയാണ് ഒരു പാട്ട്. മാതള നാരങ്ങ, ചൊത്തപാൽ മുള്ളി, കീഴാർനെല്ലി, മാറാമ്പ്, ചുട്ടചൊടല, കൊട്ടം ചുക്കാദി, ജാതി പത്രി തുടങ്ങിയ ഔഷധങ്ങളാണ് അതിന്റെ കൂട്ട്. മരുന്നുകളുടെ പേര്, ഔഷധം ഉണ്ടാക്കുന്നവിധം തുടങ്ങിയ വിവരങ്ങൾ ഇതിൽ നിന്നും കിട്ടുന്നു. പാട്ടു രൂപത്തിലായതിനാൽ ഓർത്തുവെയ്ക്കാനും പ്രയാസമില്ല. തലമുറകളിലേക്ക് പകരാനും കഴിയും.

'സത്തിയമായ് ഗുരു ചൊന്ന പദത്തി-
ലരിച്ചു ചരതമായ് വെച്ചുകൊണ്ടാൽ
ചാലേ സേവിപ്പിക്കിൽ ബാലപീഡാ
നരകാലമോ പോവതു കൈകണ്ടത്'[58]

എന്നിങ്ങനെ ഫലശ്രുതിയോടെയാണ് പാട്ടവസാനിക്കുന്നത്. വിജ്ഞാന പ്രദമായ ഒരു പാട്ടാണിത്. ഒന്നാം പാദമാണ് മട്ട്.

'ഭൂപതി' എന്നൊരു മരുന്നിനെക്കുറിച്ചും ഒരുപാട്ടു നിലവിലുണ്ട്. ഔഷധക്കുമ്മിയെന്ന പേരിലാണ് ഇതിനു പ്രസിദ്ധി.[59] ഞരമ്പുകോച്ചിനു സേവകഴിക്കാനുള്ള മരുന്നിന്റെയും മറ്റുമുള്ള വിവരങ്ങളും ഇപ്രകാരം ശാസ്ത്രീയമായി പാടികേൾപ്പിക്കും. ഇത് ആ ഉത്സവസ്ഥലത്തു കൂടുന്ന സാധാരണക്കാരെ പറഞ്ഞു കേൾപ്പിച്ചു പഠിപ്പിക്കുകയെന്ന ഉദ്ദേശത്തോടുകൂടിയായിരിക്കണം[60].

കുത്തിയോട്ടത്തിന്റെ ക്രമബദ്ധമായ പരിശീലനം രാവേറെ ചെല്ലുംവരെ ഉണ്ടല്ലോ. ദേവീമാഹാത്മ്യം പാടിക്കഴിഞ്ഞാൽ പിന്നെയും സമയം ബാക്കിയുണ്ടാവും. ആ സമയങ്ങളിൽ പാടാൻ പാട്ടുകൾ ആവശ്യമായി വന്നപ്പോഴാവണം മറ്റു പാട്ടുകളിലേക്കും പോകേണ്ടി വരുന്നത്. അതിനായി പുരാണേതിഹാസങ്ങളെ ഉപജീവിച്ചുള്ള പാട്ടുകൾ ഉണ്ടായി. അഥവാ അത്തരം പാട്ടുകളെയും അവതരണത്തിന് ആശ്രയിച്ചു. അവയിലൂടെ സാധാരണക്കാരിലേക്കു കൂടി വരിഷ്ഠ ഇതിവൃത്തങ്ങളെ എത്തിക്കുവാൻ കുത്തിയോട്ടത്തിനു കഴിഞ്ഞു. ഗ്രാമീണ വിദ്യാഭ്യാസത്തിന്റെ എളിയ പങ്കാണ് ഇത്തരം പാട്ടുകൾ നിർവ്വഹിച്ചിരുന്നത് എന്നു പറഞ്ഞാലും അധികമാവില്ല.

സാമൂഹിക ഇതിവൃത്തപ്പാട്ടുകൾ

സാമൂഹികവിഷയങ്ങൾ കുത്തിയോട്ടപ്പാട്ടുകൾക്ക് വിഷയമാകാറുണ്ട്. എന്നാൽ ഇപ്പോൾ അത്തരം പാട്ടുകൾ പൊതുവേ പാടി

ക്കേൾക്കാറില്ല.

ക്ഷേത്രമാഹാത്മ്യം, ക്ഷേത്രോൽപ്പത്തി, ഭരണിമഹോത്സവം, കെട്ടുകാഴ്ച മാഹാത്മ്യം, ഭരണി പ്രബന്ധം തുടങ്ങിയ പാട്ടുകളെ, അവയുടെ അംഗിയായ രസത്തെ മുൻനിർത്തി പുരാണ / ഇതിഹാസ പാട്ടുകളെപ്പോലെതന്നെ, ഭക്തിരസ പ്രധാനമായ രചനകളിൽ ഉൾപ്പെടുത്താമെങ്കിലും[61] പ്രതിപാദ്യത്തിന്റെ അടിസ്ഥാനത്തിൽ, സാമൂഹിക ഇതിവൃത്തപ്പാട്ടുകളിലും അവയ്ക്ക് സ്ഥാനമുണ്ട്.

കോമലേഴത്തു ചരിതം[62], നാൽവർ ചരിതം[63] തുടങ്ങിയ പാട്ടുകൾ സാമൂഹത്തിലെ ചിലപ്രധാന വ്യക്തിത്വങ്ങളെക്കുറിച്ചും സംഭവങ്ങളെക്കുറിച്ചും ഉള്ളവയാണ്. ഇത്തരം പാട്ടുകളെ കൃത്യമായി സാമൂഹികം എന്ന വിഭാഗത്തിൽ ഉൾപ്പെടുത്താനാവും.

കുംഭഭരണിപോലെ പ്രാധാന്യത്തോടെ ചെട്ടികുളങ്ങരയിൽ നിലനിന്നിരുന്ന ഒരുത്സവത്തെക്കുറിച്ചുള്ള അറിവ് നൽകുന്നവയാണ് കോമലേഴത്തു ചരിതം. കാർത്തികോത്സവമെന്ന പേരിൽ അതറിയപ്പെട്ടിരുന്നു. ആ ഉത്സവത്തിന്റെ നടത്തിപ്പുകാർ ഈഴവരായിരുന്നു. കോമലേഴത്തു കുടുബക്കാരായിരുന്നു അതിനു നേതൃത്വം നൽകിയിരുന്നത്. താലപ്പൊലിയും വെടിക്കെട്ടുമായിരുന്നു ഉത്സവത്തിന്റെ മുഖ്യ ആകർഷണം. 1895-ലെ കാർത്തികയോടനുബന്ധിച്ച് നടന്ന വെടിക്കെട്ടു ദുരന്തം കോമലേഴത്തു കുടുംബ കാരണവരായ കുഞ്ഞു ശങ്കര ചേകോന്റെ ദാരുണമായ അന്ത്യത്തിനിടയാക്കി. കുമ്പളത്ത് രാമനുണ്ണിത്താനും കളീക്കൽ പരമേശ്വരൻ പിള്ളയെന്ന പാച്ചനാശാനും ഈ സംഭവത്തെക്കുറിച്ച് പാട്ടു കെട്ടിയിട്ടുണ്ട്. രണ്ടുപേരും കോമലേഴത്തു ചരിതം എന്നാണ് അവരവരുടെ കൃതികൾക്കു പേരു നൽകിയിരിക്കുന്നത്.

ഒന്നാംപാദം,

'കോമലേഴത്തിളയ കുഞ്ഞുപിള്ള

ചേകവർ താൻ പറഞ്ഞു'[64] എന്നിങ്ങനെ ആരംഭിച്ച്, അവരുടെ സമ്പൽ സമൃദ്ധിയെ വിവരിച്ച് ദുരന്ത പര്യവസായിയായി ചേകവരുടെ അന്ത്യലേക്ക് നീങ്ങും വിധമാണ് അവതരിപ്പിച്ചിട്ടുള്ളത്.

'തൂക്കുവഞ്ചികൾ എരിഞ്ഞിടുന്നൂ, ചില
ചാക്കുകെട്ടി പവൻ വെന്തിടുന്നൂ
കുട്ടകംകൊച്ചുരുളിനിലവാതിൽ ചെറുവാർപ്പ്
കുട്ടികൾക്കു കുറുക്കുന്നപാത്രം
.....

കള്ളംപറകല്ലിത് വെള്ളിസാമാനങ്ങൾ
വെള്ളംപോലെയുരുകികത്തീടുന്നു..'[65]

എന്നിങ്ങനെ ചിലവരികൾ ഇപ്പോഴും ആളുകൾ മൂളാറുണ്ട്.

അമ്പലപ്പുഴ കരുമാടിയിലുള്ള ബുദ്ധ വിഗ്രഹത്തെക്കുറിച്ചുള്ള പാട്ടാണ് നന്ദൻ ചരിതത്തിൽ പ്രഫുല്ലമായിരിക്കുന്നത്. പാട്ടിൽ ലയിക്കുമ്പോൾ നാം കുമാരനാശന്റെ ചണ്ഡാലഭിക്ഷുകിയെന്ന വരിഷ്ഠ കൃതിയെ ഓർമ്മിച്ചുപോകും.

'പാടം വിളഞ്ഞു പഴുതേപോയ് കതിർ
പാടേ നെല്ലും പൊഴിഞ്ഞും പോയ്
മഴയും വെള്ളവും കേറിവരമ്പെല്ലാം
മടയും വീണു നശിച്ചുംപോയ്
കതിരും കച്ചിയുമാകെപ്പോയ്' [66]

കുട്ടനാടൻ ജീവിതത്തിന്റെ നേർക്കാഴ്ചകളെ അനുസ്മരിപ്പിക്കുന്ന വർണ്ണനകൾ കൊണ്ടു സമ്പന്നമായ ഒരു രചനയാണിത്. അവിടുത്തെ കൃഷിരീതി, സാമൂഹികാവസ്ഥ തുടങ്ങിയവ പാട്ടിൽ തെളിഞ്ഞു വിളങ്ങുന്നു.

ഇവകൂടാതെ ഉത്സവങ്ങൾ, ചന്തസ്ഥലങ്ങൾ തുടങ്ങിയവയും കുത്തിയോട്ടപ്പാട്ടിനു വിഷയമായിട്ടുണ്ട്. സാമൂഹികമായും ചരിത്രപരമായും പ്രാധാന്യമുള്ളവയാണ് ഈ പാട്ടുകൾ.

ക്ഷേത്രചരിത്ര സൂചനകൾ

'നാൽവർ ചരിതം' പാട്ട് ചെട്ടികുളങ്ങര ഭഗവതിയുടെ ആഗമനവുമായി ബന്ധപ്പെട്ട പുരാവൃത്തത്തിന്റെ ആഖ്യാനമാണ്. ഭഗവതിയുമായി ബന്ധപ്പെട്ട് ജനഹൃദയങ്ങളിൽ ചിരപ്രതിഷ്ഠ നേടിയ വാമൊഴികളെ ചരിത്രപ്പെടുത്തുന്നു എന്നതാണ് ഇതിന്റെ സവിശേഷത. ചെട്ടികുളങ്ങര ക്ഷേത്രത്തിന്റെ ഉല്പത്തി ചരിത്രവുമായി ബന്ധപ്പെട്ട പല വിലപ്പെട്ട വിവരങ്ങളും ഈ പാട്ടിൽ നിന്ന് ലഭ്യമാണ്.

കൊടുങ്ങല്ലൂരിൽ പോയി തപസ്സു ചെയ്ത യോഗീശ്വരന്മാരുടെ എണ്ണം നാലാണെന്ന് പാട്ട് അടിവരയിടുന്നു. തപസ്സിനായി അഞ്ചും ആറും ആളുകൾ പോയെന്ന മട്ടിലുള്ള പിൽക്കാലത്തെ (1985 മുതൽ) ആഖ്യാനങ്ങളെയും അവകാശവാദങ്ങളെയും പാട്ട് നിർദ്ദയം നിരാകരിക്കുന്നു. യോഗീശ്വരന്മാരുടെ അപദാനങ്ങളും ഭഗവതിയുടെ അനുഗ്രഹവുമെല്ലാം പാട്ടിൽ തെളിയുന്നു. ആധുനികകാലത്ത് ക്ഷേത്ര ചരിത്രത്തിൽ വിതയ്ക്കുന്ന കളകളുടെ കലർപ്പുകളെ തിരിച്ചറിയാൻ ഈ സൂചനകൾ ചരിത്രാന്വേഷികൾക്ക് ഉപകാ

രപ്പെടുന്നു.

ഇപ്പോൾ സാമ്പത്തികമായും സാമൂഹികമായും സുസ്ഥിരത നേടിയ ചില കുടുംബങ്ങളിലെ പൂർവ്വികരെ ചേർത്തുവെച്ച് ക്ഷേത്രോല്പത്തി പുരാവൃത്തത്തിൽ പുതിയ ആഖ്യാനങ്ങൾ കണ്ടുവരുന്നുണ്ട്. ഇത്തരം അപനിർമ്മിതികളെ, ഏച്ചുകെട്ടലുകളെ, റദ്ദ് ചെയ്യുകയാണ് മേൽചൊന്ന നാൽവർ ചരിതം പാട്ട്.

'പണ്ടു യോഗീശ്വരന്മാരവർ നാലുപേർ
ഇണ്ടലോടെത്തി കൊടുങ്ങല്ലൂരിൽ
സന്താപമെല്ലാമകറ്റുവാൻ അമ്മായെ
സന്തതം വാഴ്ത്തി തപസ്സിരുന്നു'

ഒരു കവിയും അദ്ധ്യാപകനുമായിരുന്ന ചെട്ടികുളങ്ങര ജി. ചെല്ലപ്പൻപിള്ളയും തൊണ്ണൂറുകളുടെ തുടക്കത്തിൽ ക്ഷേത്രോൽപ്പത്തി ഇതിവൃത്തമാക്കി പാടുമ്പോഴും വാമൊഴി പുരാവൃത്തത്തെ പിന്തുടരുന്നതായിക്കാണാം. നാലു യോഗീശ്വരന്മാർ മാത്രമാണ് കൊടുങ്ങല്ലൂരിലേക്ക് പോയിരുന്നത് എന്ന ഒരു ജനതയുടെ ഓർമ്മപ്പകർപ്പിനെ ഈ വരികൾ ആദരിക്കുകയും പാടിയുറപ്പിക്കുകയും ചെയ്യുന്നുണ്ട്. സ്ഖലിതങ്ങളും അപനിർമ്മിതിയും വക്രീകരണവും പിൽക്കാലത്തേതാണെന്നാണ് ഇതു സൂചിപ്പിക്കുന്നത്.

കുത്തിയോട്ട പാട്ടുകളിൽ, മേൽ സൂചിപ്പിച്ചതു പോലെ, നാട്ടുചരിത്ര സൂചനകൾ വേറെയുമുണ്ട്.

പതിമൂന്നു കരകളാണ് ക്ഷേത്രത്തിന്റെ തട്ടകമായി ഇന്നറിയപ്പെടുന്നത്. എന്നാൽ, ക്ഷേത്രാതിരുകൾ അതി വിപുലമയിരുന്ന ഒരു കാലമുണ്ടായിരുന്നതായി ചില പാട്ടുകളിൽ സൂചനകളുണ്ട്. ഇരുപതാം നൂറ്റാണ്ടിന്റെ പ്രാരംഭത്തിൽപ്പോലും, ചെട്ടികളങ്ങര ഭഗവതിയുടെ തട്ടകം പതിനെട്ടുകരകളായിരുന്നുവെന്ന നാട്ടറിവിനെ ഉറപ്പിക്കാൻ ഒരു പ്രാദേശിക ചരിത്ര പഠിതാവിന് പാട്ടിലെ ഈ സൂചനകൾ കൊണ്ടു സാധിക്കുന്നു. പാട്ടിൽ തെളിയുന്ന,

'കൊട്ടും വെടിയായ് നടന്തോളേ, പതി-
നെട്ടു കര ചുറ്റിക്കണ്ടോളേ'

എന്നവരികൾ അയാളെ സംബന്ധിച്ച് പ്രധാനമാണ്. ചില ചരിത്ര സത്യങ്ങളിലേക്കുള്ള താക്കോൽ വാക്കുകളായാണിവ മാറുന്നത്.

'ആറോടമ്പിളി' എന്നു തുടങ്ങുന്ന തമിഴ് ഭാഷയിലുള്ള ഒരു ദേവീ സ്തുതിയുടെ ഭാഗമാണീ വരികൾ. ഏഴാം പാദത്തിന്റെ മട്ടുള്ളതിനാൽ കുമ്മിയായും ഇത് പാടാറുണ്ട്. ആകെ മുപ്പത്തിരണ്ടു വരികൾ ഇവയ്ക്കുണ്ട്. അഥവാ പതിനാറ് ഈരടികളാണിവ. കളി

ക്കൽ പാച്ചനാശാന്റെ രചനയായാണ് ഇത് തിരിച്ചറിയപ്പെടുന്നത്. പാട്ടിനൊടുവിലായി രേഖപ്പെടുന്ന,

'പാദാദികേശം ഭജിപ്പോളേ
പരമേശ്വരം പാടി സ്തുതിപ്പോളേ'

എന്നീ വരികളെ മുൻനിർത്തി, പരമേശ്വരൻ എന്നുപേരുള്ള കവിയാണ് ഇതെഴുതിയതെന്നു സിദ്ധിക്കുന്നു. പാച്ചനാശാന്റെ പേര് പരമേശ്വരൻ എന്നാണ്. അതിനാൽ, ഈ പാട്ട് പാച്ചനാശാന്റേതായാണ് കരുതപ്പെടുന്നത്. എന്നല്ല, പഴയകാലകവികൾ കീർത്തനങ്ങളിൽ തങ്ങളുടെ പേര് മുദ്രപ്പെടുത്തുക പതിവുണ്ട്. പാച്ചനാശാന്റെ കുത്തിയോട്ടപ്പാട്ടുകളിൽ പൊതുവെ അദ്ദേഹത്തിന്റെ പേരുകൾ അടയാളപ്പെടുന്നുമുണ്ട്.

ചെട്ടികുളങ്ങര ക്ഷേത്ര ചരിത്രത്തിൽ ഈ വരികൾക്ക് വളരെ പ്രാധാന്യമുണ്ട്. ഇതിൽ പതിനെട്ടു കരകളെ പറ്റി പറയുന്നു. ആ കരകൾ ഏതൊക്കെയാണെന്ന് പാട്ടിൽ നിന്ന് വ്യക്തമാകുന്നില്ല. എങ്കിലും, പതിമൂന്നു കരകളായി ക്ഷേത്രത്തിന്റെ വട്ടക സ്ഥിരപ്പെടുകയും തിരിച്ചറിയപ്പെടുകയും ചെയ്യുന്നതിനു മുമ്പുള്ള ഒരു കാലത്തെയാണ് പാട്ട് അടയാളപ്പെടുത്തുന്നത്.

ഇരുപതാം നൂറ്റാണ്ടിന്റെ ആദ്യദശകങ്ങളിൽ, നൂറനാട് കായംകുളം, മാവേലിക്കര, കീരിക്കാട് തുടങ്ങിയ പ്രദേശങ്ങളിൽ നിന്നും ചെട്ടികുളങ്ങരയിലേക്ക് കെട്ടുകാഴ്ചകൾ കൊണ്ടു വന്നിരുന്നതായി വായ്മൊഴികൾ ഉണ്ട്. ഇന്നും അത്തരം ഓർമ്മകൾ പേറുന്ന ധാരാളം ജ്ഞാന നൈപുണികൾ ചെട്ടികുളങ്ങരയിലും പരിസരത്തും ജീവിക്കുന്നുണ്ട്. അവരുടെ ഓർമ്മപ്പകർപ്പുകൾ പ്രകാരം, ചില കരകൾ പിൽക്കാലത്ത് ചെട്ടികുളങ്ങര ക്ഷേത്രത്തിന്റെ ഭാഗമല്ലാതായി മാറി. ക്ഷേത്ര ചരിത്രകാരനായ കെ. എസ്സ് ഉണ്ണിത്താൻ ഇക്കാര്യം ഭംഗ്യന്തരേണ സൂചിപ്പിക്കുന്നുമുണ്ട് (67). ഈ ചരിത്ര യാഥാർത്ഥ്യങ്ങളിലേക്കാണ് 'പതിനെട്ടു കരകൾ' എന്ന സൂചനകൾ വെളിച്ചം വീശുന്നത്. മാവേലിക്കര-ദേശത്തിനകം, കുറത്തികാട്, പത്തിയൂർ-കായംകുളം, കീരിക്കാട്, മാവേലിക്കര തുടങ്ങിയവയാണ് ആ കരകളെന്നാണ് ആവേദകർ നൽകുന്ന അറിവ്.

എന്നാൽ, ഇതേ കവിയുടെ തന്നെ ചെട്ടികുളങ്ങര ഭരണിമഹോത്സവം എന്ന കൃതിയിൽ,

'പത്തൊടുമൂന്നിനൊത്ത് കരക്കാര-
ങ്ങൊത്തൊരുമിച്ചെടുത്ത്,
പത്തെരമാറ്റിനൊത്ത വർണ്ണപ്രഭ

ചേർത്ത ചിത്രോത്സവത്തെ- തെയ്യത്താം'

എന്നീ വിധമാണ് കുംഭഭരണിയുത്സവത്തെ അടയാളപ്പെടുത്തുന്നത്. പതിമൂന്നുകരക്കാർ ചേർന്നാണ് ഭരണിയുത്സവം കൊണ്ടാടുന്നതെന്ന് ഇവിടെ വെളിപ്പെടുന്നു. അതിൽ നിന്നും പാച്ചനാശാന്റെ ഒരു പിൽക്കാല രചനയാണ് ഇതെന്നു മനസിലാക്കാം.

ക്ഷേത്രാവകാശികളായ പതിമൂന്നു കരകൾ, അവരുടെ കെട്ടുകാഴ്ച വിശേഷങ്ങൾ, അവയുടെ സൂക്ഷ്മമായ സവിശേഷതകൾ, കെട്ടുകാഴ്ചകൾ കണ്ടത്തിൽ ഇറക്കുന്നതിനുള്ള ക്രമം തുടങ്ങിയ സകല കാര്യങ്ങളും കമനീയമായി ഈ പാട്ടിൽ വിളക്കിച്ചേർക്കുവാൻ രചയതാവിന് കഴിയുന്നു.

'ഊഴി തന്നിൽ പ്രസിദ്ധി പരത്തി
യങ്ങീരേഴത്തെക്കരെത്തി
പാഴില്ലാതുള്ള ബുദ്ധി ചെലുത്തിയ
ത്തേരിനൊപ്പം നടത്തി തെയ്യത്താം
പാവകൾകോർത്തിണക്കി പലതരം
പാവാടയാൽ മുറുക്കി
പാടവത്താൽകറക്കി കെട്ടുകാഴ്ച
പാടത്തുകൊണ്ടിറക്കി തെയ്യത്താം'

ഇപ്രകാരം പതിമൂന്നുകരകളെയും അവതരിപ്പിക്കുന്നു.

ഈരേഴ തെക്കരെത്തുടർന്ന്, ഈരേഴ വടക്കുകരയുടെ കെട്ടുകാഴ്ചയെക്കുറിച്ച് കവി പറഞ്ഞുതരുന്നു.

'പാരിൽ പ്രസിദ്ധി നേടി പലതരം
പ്രാഗത്ഭമാർന്ന മോടി
ചേരുംപടി നടത്തീട്ടീരേഴവടക്ക
രശ്വം നടത്തി തെയ്യത്താം..
താമര തന്റെ ഭംഗി സൂത്രച്ചരടാ-
ലെവിടർന്നു പൊങ്ങി
കാണികൾ കൺ മയങ്ങീ കമനീയ
കാഴ്ചയും വന്നിറങ്ങി തയ്യത്താം..'

ഇങ്ങനെ വർണ്ണിച്ച് കണ്ണമംഗലം തെക്കു കരയുടെ വിവരണത്തോടെ മൂന്നാം താളവട്ടം അവസാനിപ്പിക്കുന്നു.

തുടർന്നുള്ള വിവരണങ്ങൾ ഏഴാം താനവട്ടത്തിലാണ് വാർന്നുവീണിരിക്കുന്നത്. നാലും അഞ്ചും ആറും കാലങ്ങൾ ദീക്ഷിക്കാതെയാണ് കവി തുടർ വർണ്ണനകൾ വാരിവിതറുന്നത്.

'മരുത്തിൻ നന്ദനൻ കരുത്തൻ ഭീമന്റെ

ഇരുത്തിക്കെട്ടിയ വിഗ്രഹം
തരത്തിലൊപ്പിച്ചു പൊരുത്തം ചേർത്തൊരു
കരയ്ക്കു പേരുഞ്ഞാനുരച്ചിടാം..
മഹിമയാം മറ്റം കരക്കാരാണതിൽ
മരുവും മാനവർ വിരുതന്മാർ
ഒരുമയോടൊത്തു കരവേലചെയ്തൊ
രുരുവിൻ ഭംഗികൾ ഉരചെയ്യാം'

എന്നു പറഞ്ഞ്, മറ്റം കരയുടെ വർണ്ണനയ്ക്ക് ഒരു ലീഡ് നൽകി ഏഴാം പാദമട്ടിലുള്ള 'ദൃക്സാക്ഷി' വിവരണം കവി അവസാനിപ്പി ക്കുന്നു.

നാലാംപാദത്തിനുശേഷം അഞ്ച്, ആറ്, ഏഴ് എന്നവിധം ഓരോ പാദ മട്ടുകളുടെയും ക്രമാനുഗതമായ ആരോഹണാവരോ ഹണാഖ്യാത്തിനു മുതിരാതെ, ചടുലവും നാടകീയവുമായി രംഗാവ തരത്തിനന്റെ കൃത്യതയാർന്ന സാക്ഷിവിവരണം പോലെ പാട്ടിനെ കൗതുകമുള്ള ആഖ്യാനമാക്കിമാറ്റാൻ ഏഴാം പാദത്തിലേക്കുള്ള ഈ 'ജംപ് കട്ട്' ഉപകാരപ്പെടുന്നു.

ശേഷിക്കുന്ന ഭാഗങ്ങൾ പറയാൻ കവി നാലാം പാദത്തിലേക്ക് തിരിച്ചു പോകുന്ന രചനാവിശേഷവും എടുത്തു പറയേണ്ടതാണ്.

മറ്റം വെന്നിയിൽ ശങ്കരപ്പിള്ള വൈദ്യന്റെ കെട്ടുകാഴ്ചമാഹാ ത്മ്യവും സ്മരണീയമാണ്. ഉരുക്കൾ കാഴ്ചക്കണ്ടത്തിൽ ഇറങ്ങുന്ന തിന്റെ ക്രമവും മറ്റും ഇതിൽ ചിത്രണം ചെയ്തിരിക്കുന്നു.

'പരിചൊടീരേഴ തെക്കരും വടക്കരും
കൈതയുമതുപോലെ കരക്കാർ രണ്ടാണല്ലോ
കൈതവമതിലില്ല, കേൾക്കണമഞ്ചാമതും
കണ്ണമംഗലം തെക്കും വടക്കും പേള പിന്നെ
കണ്ണിനാനന്ദമാകും കടവൂരുമാഞ്ഞാലിപ്രാ
എണ്ണുകിൽ പേരെഴുന്ന മറ്റത്തു വടക്കരും
മുറ്റമേ, മറ്റം തെക്കും കരക്കാർ മുറപോലെ
മാനമാംമേനാമ്പള്ളി കരക്കാർ നടക്കാവു
മൂനമില്ലാതെ പതിമൂന്നു കരകളും'

ശൃംഗാരവർണ്ണനകൾ

കേൾവിക്കാരെ രസിപ്പിച്ചിരുത്താനുള്ള കവികളുടെ മേമ്പൊ ടിയാവണം കുത്തിയോട്ടപ്പാട്ടിലെ ശൃംഗാര വർണ്ണനകൾ. പലപ്പോ ഴും ഇത്തരം പാട്ടുകൾ രാവുകനക്കുമ്പോഴാണ് പാടാറുള്ളത്. സദ

സിലെ ചെറിയ കുട്ടികൾ അപ്പോഴേക്കും രക്ഷിതാക്കളുടെ മടിയിലേക്കു ചാഞ്ഞിട്ടുണ്ടാവും. പണിയാളരായ ശ്രോതാക്കൾ ഉറക്കത്തെ പുൽകാൻ വെമ്പും. കുംഭത്തിലെ കുളിര് അതിനവരെ പ്രേരിപ്പിക്കും. ഈ വേളയിലാണ് കഥയുടെ ബാക്കിഭാഗങ്ങളിലേക്ക് ശ്രദ്ധ ക്ഷണിക്കാനും സദസ്സിനെ ഉണർത്താനും ശൃംഗാരത്തിന്റെ വരവ്. സദസ്യരെ ആകർഷിച്ചു നിർത്തുകയാണ് തന്റെ ലക്ഷ്യമെന്നു കവിക്കുതന്നെ നല്ല ബോധ്യമുണ്ട്. അതു തുറന്നു പറയാനും കവിക്കു മടിയില്ല.

അഗ്നിദേവനും സ്വാഹാദേവിയും തമ്മിലുള്ള വേഴ്ചയാണ് സ്വാഹാപരിണയം പാട്ടിന്റെ ഇതിവൃത്തം. അതിനുമുന്നോടിയായി കവി പറയുകയാണ്:

‘അംഗനമാർ മനോരംഗമതിൽ മദം
പൊങ്ങുമാറുള്ള ശൃംഗാരസാരം
തിങ്ങുന്നൊരു സ്വാഹാശശിസംഗം പുനരങ്ങനെ
അംഗീകരിച്ചു കഥിച്ചിടുന്നേൻ’[68]

മറ്റൊരു രചനയിൽ, തന്റെ മുന്നിൽ വന്നു നിൽക്കുന്ന കാളിയെ ദാരികൻ നോക്കിക്കാണുന്നതിന്റെ ഒരു വാങ്മയചിത്രം വിവരിക്കുന്നതു നോക്കുക:

‘മുടിമുതലടിയിണ വരെയൊരു കടുകിട വിട്ടീടാതേ, കണ്ടി-
ട്ടടിയിണ മുതൽ മുടിവരെയുമവൻ ബത നോക്കി നോക്കി
മുടികടമിഴിചൊടിതടമുലകടിതുട അടിയുംപിന്നെ
മേൽപ്പോട്ടടി തുടകടിതടമുലചൊടി
കടമിഴി മുടിയെന്നേവം’[69]

വിടനായ ദാരികന്റെ മിഴിവാർന്ന ഒരു ദൃശ്യം ഇതിലൂടെ നമുക്കുകിട്ടുന്നു. ‘നോക്കി നോക്കി’ എന്നതിലൂടെ ദേവിയുടെ സൗന്ദര്യാതിരേകവും ദാരികന്റെ വിടത്ത്വവും വഷളത്തവും വെളിപ്പെടുന്നു. നൈഷധം എന്ന പാട്ടുകഥയിൽ സ്ത്രീ സൗന്ദര്യത്തിന്റെ പൂർണ്ണതയെ വരച്ചിടുന്ന,

‘സുന്ദര കേൾക്കണം കുണ്ഠീനത്തിങ്ക
ലുണ്ടിന്ദീവരാക്ഷിയാം പെണ്ണൊരുത്തി
വൃന്ദാരകരംഭാദിൾ കുമ്പിട്ടു നമിക്കും സുമ
സുന്ദരസ്മേര സൗന്ദര്യധാമം’

സ്വർലോക സുന്ദരിയായ രംഭ പോലും കുമ്പിട്ടു നമിക്കും വിധം സൗന്ദര്യത്തിന് ഉടമയാണ് നായികയെന്ന് വ്യക്തമാക്കുകയാണ് ഇവിടെ കവി. അവിടെയും അവസാനിപ്പിക്കാതെ, കവി ഇത്രകൂടി

പറഞ്ഞുവെയ്ക്കുന്നു:

'മല്ലാക്ഷിയെക്ഷണാൽ വല്ലഭയാക്കുവേ
നില്ല,സന്ദേഹമെന്നോതി ഹംസം
സല്ലാപമൊഴിഞ്ഞാളുകളെന്യേനവരൂപം
പരിചിന്തിച്ചിരിക്കുമുദ്യാന ദേശേ'

ദമയന്തിയുടെ സൗന്ദര്യത്തെക്കുറിച്ച് നളനോട് ഹംസം വിവരിക്കുന്നതിലെ ശൃംഗാരം / കാവ്യഭംഗി അനുപമ സുന്ദരമാണ്.

ശാകുന്തളത്തിൽ തോഴിമാർക്കൊപ്പം ലീലകളിലേർപ്പെട്ടു നിൽക്കുന്ന നായികയെയാണ് ദുഷ്യന്തൻ കാണുന്നത്. അതിങ്ങനെയണ്:

'അംബരംചുംബിക്കുന്നംബരവീഥിയിൽ
ആടിയുലയുന്ന മാമ്പഴംപോൽ
അംഗനമാരവർ കുമ്മിയടിക്കുമ്പോൾ
താളത്തിൽ തുള്ളുന്നു പോർമുലകൾ'(70)

വിപ്രലംഭ ശൃംഗാരം സംഭോഗ ശൃംഗാരത്തിലേക്കു വഴിമാറുന്ന സന്ദർഭങ്ങൾ പോലും ശാകുന്തളത്തിൽ കേൾക്കാം.

കല്യാണ സൗഗന്ധികം പാട്ടിലെ ഒരു സന്ദർഭത്തിലിങ്ങനെ പാടുന്നു:

'മത്തേഭ മസ്തകത്തിന്നെ വെന്നീടുന്ന
പുത്തൻ കുളുർമുലക്കുന്നുരണ്ടും
ഹസ്താംബുജമതിനാലനു രാഗത്തൊടു മർദ്ദിച്ചുട-
നുത്തമേ നൽകിടാമെന്നു ഭീമൻ'(71)

ബാണയുദ്ധം കഥയിൽ, തന്റെ വിശ്വസ്ത സുഹൃത്തും സഹകാരിണിയുമായചിത്രലേഖയെന്ന തോഴിയോട് നായികയായ രാജകുമാരി ഉഷ പറയുന്നത് കേൾക്കൂ:

'അടിമുടിവരെത്തടവിയെന്മുല
ത്തടത്തിൽ കൈകളെ കടത്തിയും
ഇടയ്ക്കിടെ കവിൾത്തടങ്ങളിലുമെൻ
നെടിലവും മെല്ലെ കടിച്ചുടൻ'

ഇങ്ങനെ ശൃംഗാരരസ നിഷ്യന്തികളായ ഉദാഹരണങ്ങൾ ധാരാളം നിരത്താം. എന്നാൽ ഇതൊരപരാധമല്ല. ഭക്തി, രതി, കാമം ഇവയെ പ്രത്യേകം കളങ്ങൾ തിരിച്ചു കാണുക പ്രാചീനരുടെ രീതിയായിരുന്നില്ലെന്ന് പല പ്രമുഖ ക്ഷേത്രശില്പങ്ങളും സൂചിപ്പിക്കുന്നുണ്ട്. എന്നല്ല, അക്കാലത്ത് നിലനിന്ന സാഹിത്യ ശൈലിയുടെ സ്വാധീനമായി ഇത്തരം വർണ്ണനകളെ വിലയിരുത്തുന്നതാവും ഉചിതം.

അച്ചീചരിതങ്ങളിലൂടെ സാഹിത്യത്തെ ആസ്വദിച്ച അന്നത്തെ തലമുറയ്ക്ക് ശൃംഗാരവർണ്ണനകൾ പഥ്യവുമായിരുന്നുവെന്നതും മറക്കാവതല്ല. ഉദാഹരണത്തിന് ഗണപതിയെ സ്തുതിക്കുന്ന ഒരു പഴയ കീർത്തനം നോക്കാം:

'കുട്ടിക്കുരംഗമിഴിയാമുമതന്റെ ചട്ട
പൊട്ടിക്കുളിർത്തിളകുമക്കുളിർ കൊങ്കരണ്ടും
മുട്ടിക്കുടിക്കുമൊരു കുംഭിമുഖത്തൊടുള്ള
കുട്ടിക്കു കുതുകമോടിഹഞാൻ കുമ്പിടുന്നേൻ'(72)

ഗണപതിയെ സ്തുതിക്കുന്നതിന് പാർവ്വതിദേവിയുടെ കഞ്ചുകം തകർക്കുന്ന സ്തനഭരത്തെ വർണ്ണിച്ചുകൊണ്ടാണ് കവി ഗണപതിയിലേക്കെത്തിക്കുന്നത്. സന്ധ്യാപ്രാർത്ഥനകളിൽ, 'പാലാഴിമങ്കിതൻ കൊങ്ക പുണരുന്ന/കോലമെന്നുള്ളത്തിൽ കാണുമാറാകണം' മുഴങ്ങാത്ത വീടുകളും നമുക്കില്ലല്ലോ. ഏതാണ്ട് അതേ രചനാസങ്കേതമാണ് കുത്തിയോട്ടത്തിലെ ശൃംഗാരവാഴ്വ് എന്നു സമ്മതിക്കാതെ തരമില്ല.

ഫലിതം, പരിഹാസം

ആരാധനാപരമായ പഴയ പാട്ടുകളിൽ ഭക്തിയും ഫലിതവും ഒരുപോലെ ഉരുകിച്ചേർന്നിരിക്കുന്നുണ്ട്. ആരാധനാ പരങ്ങളായ ഗൗരവ വിഷയത്തെ മാത്രമല്ല അവയിൽ പ്രതിപാദിക്കപ്പെട്ടിരിക്കുന്നത്.

ഭക്തി, വിനോദം, വിജ്ഞാനം സാമൂഹിക വിമർശം എന്നിവയെല്ലാം സമ്മിശ്രമായ ഒരു അയഞ്ഞ ഘടനയായിട്ടായിരുന്നു കുത്തിയോട്ടാനുഷ്ഠാനത്തിന്റെ ആദ്യകാല പാട്ടുകളെന്ന് കൊല്ലത്തും, പരിസരപ്രദേശങ്ങളിലും ആറ്റിങ്ങൽ താലൂക്കിലെ പുളിമാത്ത് തുടങ്ങിയ ഇടങ്ങളിലും ഇക്കാലത്തും പാടിവരുന്ന പാട്ടുകളിൽ നിന്നറിയാം. എന്നാൽ ഓണാട്ടുകരയിൽ അനുഷ്ഠാനപ്പാട്ടുകൾ എന്ന നിലയിലാണ് മുഖ്യമായും അവയെ പരിഗണിക്കപ്പെട്ടിരിക്കുന്നത്. ശൃംഗാരത്തിനും മറ്റും ഇടമുണ്ടെങ്കിലും ഭക്തിയിലേക്കു മാത്രമാണ് ശ്രദ്ധ. അധുനാതനമായ ചില കുമ്മിപ്പാട്ടുകൾ ശൃംഗാരലേശം വാരിപ്പൂശിയിട്ടുണ്ടെങ്കിലും ഭക്തിതന്നെയാണ് അവയിലെയും അംഗിയായ രസം.

വിനോദപ്പാട്ടുകളിൽ ഫലിതത്തിനും പരിഹാസത്തിനും കൂടി ഇടമുണ്ടായിരുന്നു. ഓണാട്ടുകരയിലും ഇരുപതാം നൂറ്റാണ്ടിന്റെ ആദ്യദശകങ്ങളിൽപ്പോലും അത്തരം പാട്ടുകൾ എഴുതപ്പെട്ടിട്ടുമുണ്ട്. മുമ്പു സൂചിപ്പിച്ച കോമലേഴത്തു ചരിതവും മറ്റും അത്തരം രച

നകളാണ്. പിൽക്കാലത്തുണ്ടായ ആത്മീയ ഉണർവ്വോ, കർക്കശമായ മതബോധമോ മൂലം വിനോദപ്പാട്ടുകൾ, സാമൂഹിക പ്രസക്തിയുള്ള ഇതര കൃതികൾ എന്നിവ അവഗണിക്കപ്പെട്ടു. ചടങ്ങുകൾ പടിപടിയായി മതകീയമായതും ഒരു കാരണമാവാം. പക്ഷേ, അതു മൂലം അത്രമേൽ സമ്പന്നമായിരുന്ന പാട്ടു സാഹിത്യത്തിൽ നിന്ന് കുറെയധികം പാട്ടുകൾ അകാലമൃത്യുവിന്നിരയായി.

ഉദാഹരണത്തിന്, അന്തർജ്ജനങ്ങൾ അതിദിവ്യമാണെന്ന് കരുതി തലമുറകളായി പാടിവരുന്ന പാട്ടുകളിൽ നിന്ന് ചില വരികൾ ഇപ്രകാരമാണ്:

'കോവപ്പഴം പോലെ കയ്യും മെയ്യും
കൊല്ലച്ചിറ്റാടയും കിങ്ങിണിയും
താഴെപ്പറക്കുന്ന പക്കി പോലെ
താണുകളിയെന്റെ ഉണ്ണിമയെ!
ഉണ്ണി മയ്ക്കെന്നും വഴക്കു തന്നെ
എന്റെ വയറ്റിലൊരാനയുണ്ട്
ആനയുമല്ല ഗണപതിയ്..'(73)

കൊല്ലച്ചിറ്റാടയുടുത്ത് കിങ്ങിണിയും കെട്ടി താഴെപ്പറക്കുന്ന പക്കിയെപ്പോലെ താണു കളിക്കുന്ന ഉണ്ണിമയെയും അവളുടെ വയറ്റിലുള്ളത് ആനയാണെന്ന വഴക്കും എത്രനേരം വേണമെങ്കിലും ഓർത്തോർത്തു ചിരിക്കാനുള്ള വക നൽകുന്നതാണ്.

പൊറാട്ടു നാടകത്തിലും കുറത്തിയാട്ടത്തിലും ഈ രീതികാണാം. ആദ്യകാല കുത്തിയോട്ടപ്പാട്ടുകളിലും ഈ ശൈലി അനുകരിക്കപ്പെട്ടിട്ടുണ്ട്.

നൈഷധം പാട്ടിൽ, ദമയന്തിയുടെ രണ്ടാം സ്വയംവരമറിഞ്ഞ് ഭീമ രാജധാനിയിൽ എത്തുന്ന ഋതുപർണ്ണനെക്കുറിച്ച് പറയുന്നത് ഫലിതരൂപത്തിലാണ്. അവിടെ വിശേഷിച്ച് ഒരുക്കങ്ങൾ ഒന്നും അദ്ദേഹം കാണുന്നില്ല. ദമയന്തിയുടെ രണ്ടാം സ്വയംവരം എന്നത് 'സുദേവ' ബ്രാഹ്മണന്റെ സൃഷ്ടിയാണെന്ന് അദ്ദേഹം ശങ്കിക്കുന്നതു ചിരിവിടർത്തും.

'ആളുകളില്ലൊരു മേളവു
മില്ലിഹ വേളി എന്നെ
കള്ളപ്പട്ടരു കാട്ടിയ ഭള്ളോ
ബാഹുകനോടുനിനച്ചു...'

കിരാതം കഥപ്പാട്ടിന്റെ നാലാം പാദത്തിൽ അർജ്ജുനന്റെ സന്ന്യാസവേഷത്തെ പരിഹസിക്കുന്ന ഭാഗം കാണുക:

‘കള്ളക്കുറിയും ധരിച്ചു കണ്ണടച്ചും കൊണ്ട്
വെള്ളിസ്വർണ്ണമിവയുള്ള ഗേഹങ്ങളും
പുള്ളിക്കേഴാ മൃഗാക്ഷിമാർ മേവും ദിക്കും
അല്ലേ ഉള്ളിലുള്ള വിചാരം ഹേ കള്ളാ ചൊൽക
രാത്രി വന്നാൽ മോഷ്ടിക്കേണ്ടും ലാക്കും
നോക്കി മുനി സത്തമനെപ്പോലെ പകൽ ധ്യാനിക്കുന്നു’(74)

ഇതുപോലെ ഫലിതവും പരിഹാസവും നിറഞ്ഞ ധാരാളം സന്ദർഭങ്ങൾ വിവിധ കുത്തിയോട്ടപ്പാട്ടുകളിലും രസം പകർന്നു ശോഭിച്ചിരുന്നു. ‘ലക്ഷ്മീ ഗൗരീ സംവാദ’മെന്ന കഥപ്പാട്ടിൽ(75) രണ്ടു ദേവിമാരുടെ വഴക്കാണ് പ്രതിപാദ്യം. നാട്ടിൻ പുറത്തെ സാധാരണ സ്ത്രീകളെപ്പോലെ അവർ വഴക്കിടുന്നത് ആളുകളെ രസിപ്പിക്കും. ‘നിങ്ങളുടെ കൊമ്പൻ മുതുകാള ചത്തുപോയോ’ എന്നു ലക്ഷ്മി പാർവതിയോട് ദേഷ്യപ്പെട്ട് ചോദിക്കുന്നത് ആരെയും ചിരിപ്പിക്കും. ശൃംഗാരത്തെ പോലെതന്നെ ഫലിതവും പരിഹാസവും ഭക്തിക്കൊപ്പം പൂർവ്വികർ കൊണ്ടുനടന്നുവെന്നാണിത്തരം പാട്ടുകൾ വെളിപ്പെടുത്തുന്നത്. നാൽവർ ചരിതം, കോമലേഴത്തു ചരിതം തുടങ്ങിയ കൃതികളിൽ ഇത്തരം മുഹൂർത്തങ്ങൾ കാണാം.

വീരരസം

ദക്ഷയാഗമെന്ന കഥപ്പാട്ടിൽ, യജ്ഞവേദിയിലെത്തുന്ന സതി അപമാനിതയാകുന്നതും തുടർന്ന് സതി ജീവത്യാഗം ചെയ്യുന്നതുമായ കഥ സുവിദിതമാണല്ലോ. തുടർന്നുള്ള ശിവകോപം കൃതഹസ്തരായ നാട്ടുകവികളുടെ വർണ്ണനകളിൽ വീരരസത്തിന്റെ ഭാവഹാവാദികളോടെയാണ് വാർന്നു വീണിരിക്കുന്നത്. ചടുലതയുടെ ഭാവഭംഗി, ശിവതാണ്ഡവത്തിന്റെ ഉഗ്രത തുടങ്ങിയവയെല്ലാം വാക്കുകളിലൂടെ ആവിഷ്കരിക്കുന്നതു രസകരമായാണ്.

‘അടിമുതൽ മുടിവരെയുടലുവിറച്ചതി കോപമോടെ ഈശൻ
ജഡമുടികടപിഴുതാഞ്ഞു വലിച്ചു നിലത്തടിച്ചു
ഉഡുപതി ചൂടിയ ജഡമുടിയിൽ കുടികൊണ്ടപോലെ കാളി
ഉടനടി കടുരവമോടെ ഭയങ്കരിയായുയർന്നു’(76)

ഇവിടെ, ഭാവത്തിനനുസരിച്ചുള്ള ഉചിതപദങ്ങളുടെ പ്രയോഗഭംഗി പ്രത്യേകം ആദരമർഹിക്കുന്നു.

യുദ്ധ വർണ്ണന

ദേവീമാഹാത്മ്യം ആറാം പാദത്തിലെ യുദ്ധവർണ്ണന പകരുന്ന ദൃശ്യാനുഭൂതി അനന്യമാണ്. കിരാതം, ബാണയുദ്ധം, ദക്ഷയാഗം

ഇവയിലൊക്കെ യുദ്ധ വർണ്ണനകളുണ്ട്. ശബ്ദവിന്യാസത്തിന്റെ കിലുക്കംകൊണ്ട് യുദ്ധാരവത്തെ ആവാഹിക്കും വിധമാണ് ഇത്തരം വർണ്ണനകൾ.

'ചണ്ഡമുണ്ഡ ദാനവപ്പെരും
പടയൊടൊത്ത്
ചണ്ഡികാ സമേതമെത്തിനേൻ
അതിജവേന
ആർത്തുപാർത്തണഞ്ഞു വന്നിടും
അസുരർതന്റെ
പാർത്തുചീർത്ത കോപമാർന്നുടൻ
ത്രിഭുവനേശി
നിന്നിടുമ്പോൾ നെറ്റിയിങ്കൽനി-
ന്നുടനെയുണ്ടായ്
വന്നുകാളിഘോരരൂപിണി
കരാളവദന
അട്ടഹാസമിട്ടുകൊണ്ടുൻ
വിഷ്ടപങ്ങൾ..'(77)

എന്നിങ്ങനെ നീളുന്ന യുദ്ധവർണ്ണനകൾ ഏഴാം പാദത്തിലും തുടരുന്നുണ്ട്. ഉചിതമായ പദവിന്യാസംകൊണ്ട് നാട്ടുകവികൾ കേൾവിക്കാരിൽ സൃഷ്ടിക്കുന്ന ദൃശ്യാനുഭവ ചാരുത അവാച്യവും ആദരണീയവും അഭിനന്ദനീയവുമാണ്.

പൊലിവുപാട്ട്

കുത്തിയോട്ടം അരങ്ങിലുള്ള ഒരു അവതരണം കൂടിയാണ്. അവയ്ക്ക് പൊതുവേ അരങ്ങുകളി അഥവാ അരങ്ങേറ്റം ഉണ്ടായിരിക്കും. അതിനു ശേഷമേ അവ പൊതുവേദിയിൽ അവതരിപ്പിക്കപ്പെട്ടിരുന്നുള്ളൂ. പാട്ട്, നൃത്ത - നൃത്യങ്ങൾ, കഥകളി, കൃഷ്ണനാട്ടം തുടങ്ങിയ കലാരൂപങ്ങളെല്ലാം ഇപ്രകാരം അവതരിപ്പിക്കപ്പെടുന്നവയാണ്. കുത്തിയോട്ടവും ഇതിൽനിന്നു ഭിന്നമല്ല.

ഓട്ടൻതുള്ളൽ കഥകളി മുതലായവ അരങ്ങത്ത് പ്രദർശിപ്പിക്കുവാൻ പണ്ട് ആൾക്കാരും സംഘങ്ങളും വളരെ കുറവായിരുന്നു. അവിടെവിടെയായി ആശാന്മാർ കുറെ കുട്ടികളെ ചേർത്ത് ഈ കലകൾ അഭ്യസിപ്പിക്കുകയും അവതരിപ്പിക്കുകയും ചെയ്തുപോന്നു. ഈ ആശാന്മാർക്ക് സാമ്പത്തികശേഷി വളരെ ഉണ്ടാവണമെന്നില്ല. ഒരു കളിയോഗത്തിൽ മിക്കവാറും 20 മുതൽ 30 വരെ ആളുകൾ ഉണ്ടാവും. വാസ്തവം പറഞ്ഞാൽ, ഒരു യാചകന്റെ നിലയേ അന്നത്തെ ആശാന്മാർക്കുണ്ടായിരുന്നുള്ളൂ. കളിപ്പിക്കാൻ കഴിയുന്ന തറവാടുകളിൽ ചെന്ന് ഒരു അരങ്ങ് കളിപ്പിക്കണം എന്ന് അപേക്ഷിക്കുകയായിരുന്നു അക്കാലത്തെ പതിവ്. ഒരു അരങ്ങു കളിക്ക് പത്തു പണം പ്രതിഫലമായി കിട്ടിയിരുന്നു. അതിൽ കൂടുതൽ അന്നത്തെ ആശാൻ മാർക്കും കളി സംഘങ്ങൾക്കും ആഗ്രഹവും ഉണ്ടായിരുന്നില്ല. അതായിരുന്നു ഈ കലാകാരന്മരുടെ വരുമാന സ്രോതസ്സും നിലനില്പിനടിസ്ഥാനവും. കൂടാതെ ഭക്ഷണവും കിട്ടിയിരുന്നു. ഇങ്ങനെ ലഭിച്ചിരുന്ന അരങ്ങ് പണമാണ് പല പാരമ്പര്യ കലകളിലും അനുഷ്ഠാനകലകളിലും പൊലിവു രൂപത്തിൽ നിലനിന്നിരുന്നത്. അരങ്ങു പണത്തിന്റെ പൂർവ്വ രൂപമായി പൊലിവ് വ്യവസ്ഥപ്പെട്ടിരുന്നു. കുത്തിയോട്ടത്തിലും ഇത് നിഷ്ഠപ്പെട്ടിരിക്കുന്നു. അനുഷ്ഠാപകരുടെയും സംഘത്തിന്റെയും സംരക്ഷണം സമൂഹത്തിന്റെ ഉത്തരവാദിത്വം കൂടിയാണെന്ന സങ്കല്പവും പൊലിവിൽ അന്തർലീനമായിരിക്കുന്നു.

നൽകുക, സമർപ്പിക്കുക എന്നൊക്കെയാണ് പൊലിവ്, പൊലിക്കൽ തുടങ്ങിയ വാക്കുകൾക്ക് അർത്ഥം കൽപിക്കപ്പെട്ടിരിക്കുന്നത്.

പഴയകാലത്ത് കുത്തിയോട്ടത്തിൽ പൊലിവുപാട്ടുകൾ പലതുണ്ടായിരുന്നതായി ഓരോ സംഘവും പാടുന്ന പാട്ടിന്റെ വൈവിധ്യങ്ങളിൽ നിന്നു മനസിലാക്കാം. പൊലിവുപാട്ട് ഓരോ ആശാന്റെയും മനോധർമ്മം വെളിവാക്കുന്നു. സന്ദർഭത്തിനും സാഹചര്യത്തി

നുമനുസരിച്ച് ആശാന്മാർ ഉയർന്നു പ്രകടനം നടത്തുന്ന സന്ദർഭം കൂടിയാണിത്. അവരിലെ കവിത്വം കല്പനാചാതുര്യം പ്രത്യുൽപ്പന്ന മതിത്വം, പദസമ്പത്ത്, ലോകപരിചയം, കാവ്യസിദ്ധി, വ്യക്തിപരിചയം ഇവയൊക്കെ വെളിവാകുന്ന സന്ദർഭവും ഇതാണ്. പൊലിവിനെത്തുന്ന അതിഥികളെക്കുറിച്ച് വേണ്ടത്ര മുൻകൂട്ടി മനസിലാക്കി, അവരുടെ പേരും, കുടുംബപ്പേരും, പദവിയും 'പാട്ടിലാക്കി പൊലിപ്പി'ക്കുന്നതിലും 'പൊലിപ്പിച്ചു പാട്ടിലാക്കുന്ന'തിലും സമർത്ഥരായ ആശാന്മാർ ഉണ്ടായിരുന്നു.

'ആണുങ്ങളൊക്കെയും വന്നു പൊലിക്കണം
നാണമാമല്ലെങ്കിൽ പെണ്ണുങ്ങൾക്കും
കാണുന്നവർ ബഹുമാനിക്കു മിന്നൊരു
നാണയം വേഗം പൊലിക്കുവോരെ'(78)

പണം പൊലിക്കുന്നവരെ ആളുകൾ ബഹുമാനിക്കുമെന്നാണ് പാട്ടിൽ പറയുന്നത്. ഒരുകാലത്ത് പണം പൊലിക്കാൻ ശേഷിയുള്ളവർ സമൂഹത്തിൽ കുറവായിരുന്നു. ആളുകൾകാൺകെ പണം പൊലിച്ച് ആളുചമയുന്നവരും ഉണ്ടായിരുന്നുവെന്നാണ് പാട്ടിന്റെ പൊരുൾ.

അരി, പച്ചക്കറി, വസ്ത്രം, ധനം ഇത്യാദികളാണു പൊലിച്ചു കൊണ്ടിരുന്നത്. കാർഷികമേഖല ആയിരുന്നതിനാൽ ഓരോരുത്തരും അവരവരുടെ വിളവുകൾ കൊണ്ടുവന്നിരുന്നു. നാട്ടിൽ തുണിനെയ്ത്തുകാരുണ്ടായിരുന്നു. അവർ വസ്ത്രങ്ങൾ, തോർത്തും മറ്റും, പൊലിക്കും.

വഴിപാടുകാരൻ ഒരാളാണെങ്കിലും ബന്ധുമിത്രാദികളുടെയും മറ്റുള്ളവരുടെയും സഹകരണം ഉറപ്പാക്കുന്ന വ്യവസ്തയായിരുന്നു പൊലിവ്. കാലം മാറിയതോടെ പണപ്പൊലിവായി. ആശാന്മാർ അതിന്റെ ഉടമകളായി(79).

പൊലിവിൽ നിന്നു ലഭിക്കുന്ന ചെറിയ തുകയായിരുന്നു പണ്ട് കുത്തിയോട്ടത്തിലെ ഏക വരുമാനം. വീട്ടുകാരനും പാചകക്കാരനും പന്തൽകാരനും കരക്കാർക്കും ഇതിൽ നിന്നും വഹിതം നൽകുന്നു. ഭക്തർ തങ്ങളുടെ കൈവശമുള്ള ചെറിയ സമ്പാദ്യം പൂർണ്ണമനസ്സോടെ ദേവിക്കു മുന്നിൽ സമർപ്പിക്കുന്നു. ആത്മസമർപ്പണത്തിന്റെ നിദർശനമാണ് പൊലിവ്. അനുഷ്ഠാപകനും സാധകനും പ്രതീക്ഷ നൽകുന്ന ഒന്നാണ് പൊലിവും പൊലിവ് പാട്ടും(80).

മുതുകുളത്തെ പ്രസിദ്ധമായ ഒരു പൊലിവുപാട്ട് കുത്തിയോട്ടത്തിന്റെ ഉൽപ്പത്തിയെക്കുറിച്ചുള്ള സൂചന വിവരിച്ചു കൊണ്ടാണ്

തുടങ്ങുന്നത്. കഥയിൽ, പണ്ട് ഭദ്രകാളിയെ ഒരു രാജാവ് തപസ്സു ചെയ്തു. തപസ്സിനൊടുവിൽ ഭദ്രകാളി പ്രത്യക്ഷപ്പെട്ടു. ഒരു കുട്ടിയെ ദത്തെടുത്ത് മകനെപ്പോലെ വളർത്തി, പതിനാറാം വയസ്സിൽ സർവ്വാഭരണ വിഭൂഷിതനായി കൊണ്ടുവന്ന് ബലി നൽകിയാൽ താൻ പ്രസാദിക്കാമെന്നും വരം തരാമെന്നും ഭദ്രകാളി രാജാവിനോടു പറഞ്ഞു. ഈ പാട്ടിനൊടുവിലായി പൊലിവു നൽകണം എന്നു പറഞ്ഞ് അഭ്യർത്ഥിക്കുന്ന വരികളും ചേർന്നു നിൽക്കുന്നുണ്ട്.

“ആനെനമുഖനും തേനും കനികളും
ആനയിച്ചേറെ മനക്കുരുന്നിൽ
മാനസപൂജയാൽ ചെയ്തിടുന്നേൻ കവി
ക്കാനന്ദമേകുവാൻ കൈതൊഴുന്നേൻ”

എന്നിങ്ങനെ ഗണപതിയെ സ്തുതിച്ചു കൊണ്ടാണ് ഈ പൊലിവു പാട്ട് ആരംഭിക്കുന്നത്. ഒറ്റയടിയിൽ, ഏക കാലത്ത്, ഒരു താനവട്ടത്തിൽ ഇത് പാടാം. ഒന്നാം പാദമാണ് മട്ട്. എങ്കിലും കുമ്മിയായും ഇത് ആലപിക്കാൻ കഴിയും.(81)

പണ്ടൊരു രാജാവുപത്തിരകാളിയെ
കണ്ടുകൊൾവാൻ ഭജിച്ചൊട്ടനേകം
കണ്ടൊരു നേരത്തു കുണ്ഠിതംകൂടാതെ
വേണ്ടും വരങ്ങൾ ചോദിച്ചു ഭൂപൻ
കല്പനയിങ്ങനെ കേട്ടന്നു ചൊല്ലിനാൻ
കർക്കിടകം കറുത്തുള്ള വാവിൽ
നൽപ്പേറുമംഗനമാർക്കേ ജനിച്ചൊരു
സൽപ്പുത്രനെ നീ വിലയ്ക്കുവാങ്ങി
പുത്രനെപ്പോലെ വളർത്തിവേദങ്ങളും
ശാസ്ത്രങ്ങളൊക്കെയും ശീലമാക്കി
കോടിയുടുപ്പിച്ചിട്ടാഭരണങ്ങളും
ചാലവെമെയ്യിലണിയിച്ചിട്ട്
പത്തുമാറുംവയസൊത്തു തികയുമ്പോ
ളുത്തമാംഗമറുത്തുള്ളബലി
ചിത്തംചലിക്കാതെ നീതന്നെ ചെയ്കിലോ
നിങ്കലേകാം വരം വേണ്ടുവോളം
പത്തിരകാളിതൻ കോവിലിലിങ്ങനെ
കുത്തിയോട്ടം വ്രതതത്ത്വമാകും
കുത്തിപ്പൊക്കീടും ഗരുഡന്റെ തൂക്കവും
മറ്റുള്ള കോവിലിൽ കണ്ടതില്ല

പത്തിരകാളി പാദം പണിഞ്ഞേൻ നല്ല
ഭക്തരിലെത്രയുമെത്രകാണാൻ
എത്രകളികളിച്ചെന്നിട്ടും കാരുണ്യം
തത്രതോന്നീട്ടു പൊലിച്ചില്ലല്ലോ
ആദ്യമായ് വീട്ടുകാരൻ പൊലിച്ചീടേണം
കോട്ടമെന്യേയവർ ബന്ധുക്കളും
കണ്ടുനിൽക്കുന്ന മഹത്തുക്കൾ നിങ്ങളും
തക്കതു പോലെ പൊലിച്ചിടേണം
മുണ്ടുപൊലിക്കേണം പട്ടുപൊലിക്കേണം
വെള്ളിരൂപാ പൊലു തന്നിടേണം
വെള്ളിരൂപാകയ്യിലില്ലെങ്കിലോ കടം
വാങ്ങിപ്പൊലിക്കയെൻ കാണികളേ.(82)

അജ്ഞാത കർത്തൃകമാണ് ഈ പാട്ട്. എങ്കിലും കവി ഓണാട്ടുകരക്കാരനാണ്. അതുറപ്പിക്കത്തക്ക സൂചന പാട്ടിൽത്തന്നെയുണ്ട്. പാട്ടിലൊരിടത്ത്, തനിക്ക് ബലി നൽകാനുള്ള കുട്ടിയെ ദത്തെടുത്ത് സമർപ്പിക്കുന്ന കാര്യം ഭദ്രകാളി രാജാവിനോടു പറയുന്നു. പ്രസ്തുത പരാമർശം ഗണനീയമാണ്. കാരണം, കുത്തിയോട്ട വഴിപാടിന്, വഴിപാടുകാരന്റെ സ്വന്തം കുട്ടികളെയാണ് ഉരുവായി വേണ്ടത്. എന്നാൽ, അതിനായി കുട്ടിയെ താല്ക്കാലികമായി ദത്തെടുക്കുന്ന പതിവ് ഓണാട്ടുകരയിലേ ഉള്ളൂ. തെക്കൻ ദിക്കുകൾ ഉൾപ്പെടെ, ഇതര ദേശങ്ങളിൽ അത്തരം രീതികളില്ല. അതിനാൽ, ഈ പാട്ടെഴുതിയ കവി ഓണാട്ടുകരക്കാരൻ തന്നെ എന്നുറപ്പിക്കാം.

കളീക്കൽ പരമേശ്വരൻപിള്ള ആശാൻ, ശശികുമാർ കൈപ്പള്ളി എന്നിവരും പൊലിവുപാട്ടുകൾ കെട്ടിയിട്ടുണ്ട്.

മംഗളഗീതങ്ങൾ

താനവട്ടങ്ങളോടെയാണ് ഓരോ ദിവസവും പാട്ടുകൾ ആരംഭിക്കുന്നത്. സംഘത്തോടൊപ്പമുള്ള പിൻപാട്ടുകാർ അതേറ്റുപാടും. അതിനുശേഷം ആശാൻ കഥ പാടിത്തുടങ്ങും. ഇങ്ങനെ പുരോഗമിക്കുന്ന ഓരോ ദിവസത്തെയും പാട്ടും ചുവടും മംഗള ഗാനത്തോടെയാണ് അവസാനിപ്പിക്കുന്നത്.

'പങ്കജാക്ഷൻ കടൽ വർണ്ണൻ
വാസുദേവൻ ജഗന്നാഥൻ
നരദാദി മുനിവൃന്ദ
സേവിതൻ കൃഷ്ണൻ'

എന്നിങ്ങനെയാണ് മംഗളഗാനത്തിന്റെ തുടക്കം. പ്രസിദ്ധമായ ഒരു തിരുവാതിരപ്പാട്ടിലേതാണ് പ്രസ്തുത വരികൾ. ആ പാട്ട് പൂർണ്ണമായും കുത്തിയോട്ടത്തിൽ മംഗള ഗീതമായി പടുന്നുണ്ട് എന്ന സവിശേഷതയും ഇവിടെ പ്രസ്താവ്യമാണ്.

'പാതിരാത്രിയും കഴിഞ്ഞു
കോഴികൂവുന്നതും കേട്ടു
ഇനിയുള്ള കളിശേഷം
നാളെയാകട്ടെ'

എന്നിങ്ങനെ പാടിയാണ് ചങ്ങുകൾ അവസാനിപ്പിക്കുന്നത്. ഓണാട്ടുകരയിലെ നാട്ടിൻപുറങ്ങളിൽ ഓണക്കാലത്ത് കൂട്ടായ്മകളുടെ നേതൃത്വത്തിൽ രാവേറെ നീളുംവരെ അരങ്ങേറിയിരുന്ന തിരുവാതിരകളി അവസാനിപ്പിക്കുന്നതിനായി ആശാന്മാർ പാടിയിരുന്ന മംഗളഗീതവും ഇതുതന്നെയായിരുന്നു. ഓരോ സമിതിക്കും വ്യത്യസ്ത മംഗള ഗാനങ്ങളാണുണ്ടാവുക. പരമ്പരാഗതമായി പാടി വരുന്നതോ സംഘത്തിലെ കവിത്വമുള്ള ആശാന്മാൻ കെട്ടിയുണ്ടാക്കിയതോ ആയ പാട്ടുകൾ ഇതിലുമുണ്ട്. എങ്കിലും പൊതുവേ പാടുന്ന പാട്ടുകളിൽ ഒന്നാണിത്.

'അമ്മേ ഭഗവതി ധർമ്മർമ്മേശ്വരി
ധർമ്മപ്രഭേ ദേവി കമ്രരൂപേ' - എന്നു തുടങ്ങി,
'ഭംഗമെന്യേ സ്തുതി ചെയ്യുന്ന ഞങ്ങളെ
മംഗളകാരിണി കാത്തിടേണെ'[83] എന്നൊരു മംഗള ഗീതവും പ്രസിദ്ധമാണ്.

അംബാജയ മംഗളം ജഗ
ദംബാ ജയമംഗളം
അംബോരുഹ ഗാത്രി അഖി
ലാണ്ഡേശ്വരി മംഗളം[84]

എന്നിങ്ങനെയുള്ള മംഗളഗീതവും ഓണാട്ടുകരയിൽ മുഴങ്ങി ക്കേൾക്കാറുണ്ട്.

ഇങ്ങനെ, ആകെക്കൂടി നോക്കുമ്പോൾ, ഗ്രാമീണ കവികളുടെ കീർത്തന സാഹിത്യമാണ് കുത്തിയോട്ടപ്പാട്ടുകളെന്നു മനസിലാക്കുന്നതിലോ വിലയിരുത്തുന്നതിലോ അപാകമുണ്ടെന്നു തോന്നുന്നില്ല.

●

കുറിപ്പുകൾ

1. തിരുവനന്തപുരം, കൊല്ലം, പത്തനംതിട്ട, ആലപ്പുഴ, കോട്ടയം എന്നീ ജില്ലകളിലാണ് കുത്തിയോട്ടമുള്ളത്.
2. ഭദ്രകാളിയുടെ സങ്കല്പമുള്ള ഇലങ്കങ്ങളിലോ മുടിപ്പുരകളിലോ, കാവുകളിലോ കുത്തിയോട്ടം അരങ്ങേറുന്നു. അവയിൽ പലതും പിൽക്കാലത്ത് ക്ഷേത്രമായിമാറിയെങ്കിലും അനുഷ്ഠാനം തുടരുന്നു.
3. കാർത്തികപ്പള്ളിക്കടുത്തുള്ള മഹാദേവികാട് വല്യകുളങ്ങര ഭഗവതിയെ സ്തുതിക്കുന്ന തമിഴ് ഭാഷയിലുള്ള കുമ്മിപ്പാട്ടിൽ നിന്നും.
4. അഞ്ചുവയസിൽതാഴെയുള്ള കുട്ടികൾ വ്രതികളായി ഓട്ടത്തിൽ പങ്കടുക്കുന്നതാണ് തട്ടിയോട്ടം. കുടുംബസമേതം വ്രതാനുഷ്ഠാനത്തിൽ പങ്കെടുക്കുന്നു. വീട്ടിൽതന്നെ വ്രതകാലം കഴിക്കുന്നു. രക്ഷിതാക്കളുടെ തോളിൽ വ്രതികളെ വഹിച്ചാണ് ഓട്ടത്തിൽ പങ്കുകൊള്ളുന്നത്.
5. ഓട്ടത്തിൽ പങ്കെടുക്കുന്ന ഒരു കുട്ടിയുടെ മുഴുവൻ ചെലവും ദേവസ്വം (ക്ഷേത്ര ഭരണസമിതി /ഭണ്ഡാരം) ഏറ്റെടുക്കുന്നു. അത്തരം ഓട്ടത്തെ പണ്ടാരയോട്ടം എന്നു വിളിക്കുന്നു.
6. കുത്തിയോട്ടപ്പാട്ട്, രാമപുരം രാധാകൃഷ്ണൻ, പേജ് 10, ഉണർവ്, 2009
7. പ്രദീപ്കുമാർ ജി, കുത്തിയോട്ടം പൊരുളും അനുഷ്ഠാനവും, പേജ് 17, മൊഴി ബുക്സ്, എണ്ണക്കാട്, 1997
8. ജി. ഭാർഗ്ഗവൻപിള്ള, കുത്തിയോട്ടപ്പാട്ട്, അവതാരിക, പേജ് 11, കേരള സാഹിത്യ അക്കാദമി, 1998
9. ദേവീമാഹാത്മ്യം കുത്തിയോട്ടപ്പാട്ട്- ആമുഖം, രാമപുരം രാധാകൃഷ്ണൻ, പേജ് 10, ഉണർവ്വ്, 2009
10. കേരള സാഹിത്യ ചരിത്രം, ഭാഗം 1
11. കേരള ഭാഷാ സാഹിത്യ ചരിത്രം ഭാഗം 4, പേജ് 679, 1944
12. എം.വി. വിഷ്ണു നമ്പൂതിരി, നമ്മുടെ നാടൻ പാട്ടുകൾ
13. ഫോക് ലോർ, രാഘവൻ പയ്യനാട്, കേരള ഭാഷാ ഇൻസ്റ്റിട്യൂട്ട്
14. ഹരി നീലഗിരി (ആവേ.)
15. പ്രൊഫ. കിളിമാനൂർ വിശ്വംഭരൻ, കേരളത്തിലെ ചില ഗ്രാമീണ നൃത്തങ്ങൾ, മാതൃഭൂമി ആഴ്ചപ്പതിപ്പ്, 1952.
16. വെള്ളനാട് രാമചന്ദ്രൻ (ആവേ.)
17. ജി. ഭാർഗ്ഗവൻപിള്ള, കുത്തിയോട്ടപ്പാട്ട്, അവതാരിക, പേജ് 11, 1998
18. സ്വാഹാപരിണയം, ഒന്നാം പാദം
19. പ്രൊഫ. കിളിമാനൂർ വിശ്വംഭരൻ, കേരളത്തിലെ ചില ഗ്രാമീണ നൃത്തങ്ങൾ, മാതൃഭൂമി ആഴ്ചപ്പതിപ്പ്, 1952
20. ജി. ഭാർഗ്ഗവൻപിള്ള, നാട്ടരങ്ങ് വികാസവും പരിണാമവും, പേജ് 80, 2000

21. യോഗനാദം, ലക്കം ജൂൺ 16-30, 2022, പ്രൊഫ. ചിത്ര ഗോപാൽ
22. ഹരിപ്പാട് മോഹനകുമാർ, കുത്തിയോട്ടപ്പാട്ടുകൾ, കേരള സാഹിത്യ അക്കാദമി,1998
23. ആർ. നാരായണപ്പണിക്കർ, കേരള ഭാഷാ സാഹിത്യ ചരിത്രം, പേജ് 679
24. ദേവീമാഹാത്മ്യം- ഒന്നാംപാദം, മീനത്തതിൽ കേശവപിള്ള, ഉണർവ്വ്, 2009
25. സതി-ശീലാവതി ചരിതം, ഒന്നാംപാദം
26. ദാരുകവധം, ഒന്നാംപാദം
27. ദാരുകവധം, ഒന്നാം പാദം
28. ഹംസദൂത്, രണ്ടാംപാദം
29. ഭദ്രകാളി സ്തുതി, ഒന്നാംപാദം
30. ദാരുകവധം, രണ്ടാംപാദം
31. ദാരുകവധം, രണ്ടാം പാദം
32. ഭദ്രകാളിസ്തുതി, ഏഴാംപാദം / കുമ്മി
33. ഉത്തരാസ്വയംവരം പാട്ട്
34. ഉത്തരാസ്വയംവരം പാട്ട്
35. 'ദക്ഷയാഗം'
36. സതി-ശീലാവതി ചരിതം പാട്ട്
37. കിരാതം പാട്ട്
38. ദേവിമാഹാത്മ്യം പാട്ട്
39. ചെട്ടികുളങ്ങര ക്ഷേത്രോൽപ്പത്തി പാട്ട്
40. കേരളഭാഷാ സാഹിത്യ ചരിത്രം
41. രാമപുരം രാധാകൃഷ്ണൻ, ദേവീമാഹാത്മ്യം കുത്തിയോട്ടപ്പാട്ട്, ആമുഖപഠനം
42. ദേവീമാഹാത്മ്യം, നാലാംപാദം
43. രാമായണം, ഒന്നാംപാദം
44. ശശിധരൻ ക്ലാരി, കേരളത്തിലെ നാടൻപാട്ടുകൾ ഒരു സമഗ്രപഠനം, പേജ് 100, 2010
45. ശശികുമാർ കൈപ്പള്ളിൽ (ആവേ.)
46. പ്രയാർ രാധാകൃഷ്ണക്കുറുപ്പ്, നല്ലെഴുത്തും നാടെഴുത്തും, പേജ് 148, പുസ്തകപ്പുര, അമ്പലപ്പുഴ, 2022
47. ഡോ. വള്ളിക്കാവ് മോഹൻദാസ്, കുത്തിയോട്ടം, പഠനം, പേജ് 37, ആശാൻ ബുക്ക്ക്ലബ്ബ് തിരുവനന്തപുരം, 2008
48. ഡി. നാരായണപിള്ള ആശാൻ, കളമൊരുക്കുപാട്ട്
49. ജി. ഗോപകുകമാർ (ആവേ.)
50. ശശികുമാർ കൈപ്പള്ളിൽ (ആവേ.)
51. ഉത്തരാ സ്വയംവരം, കഥപ്പാട്ട്
52. ഉത്തരാ സ്വയംവരം, കഥപ്പാട്ട്
53. ഡി. നാരായണപിള്ള ആശാൻ (ആവേ.)
54. കുചേലവൃത്തം പാട്ട്

55. കീചകവധം പാട്ട്
56. അഹല്യാമോക്ഷം പാട്ട്
57. ചന്തയിൽപ്പോക്ക്, കുത്തിയോട്ടപ്പാട്ടുകൾ സമ്പാ. ഹരിപ്പാട് മോഹനകുമാർ, പേജ്. 139, 1998
58. മാതളപഞ്ചാംഗഘൃതം പാട്ട്, പേജ് 129, കുത്തിയോട്ടപ്പാട്ടുകൾ, സമ്പാ. ഹരിപ്പാട് മോഹനകുമാർ
59. ഹരിപ്പാട് മോഹനകുമാർ, കുത്തിയോട്ടപ്പാട്ടുകൾ, സമ്പാ. പേജ് 130, 1998
60. പ്രൊഫ. കിളിമാനൂർ വിശ്വംഭരൻ, കേരളത്തിലെ ചില ഗ്രാമീണ നൃത്തങ്ങൾ, മാതൃഭൂമി ആഴ്ചപ്പതിപ്പ്, 1952).
61. ജി. ഗോപകുമാർ (ആവേ.)
62. കുമ്പളത്തു രാമനുണ്ണിത്താൻ
63. കളീയ്ക്കൽ പാച്ചനാശാൻ
64. എൻ. രാധ, ഇടയിലെവീട്ടിൽ (ആവേ.)
65. പത്തിയൂർ ശ്രീകുമാർ (ആവേ.)
66. നന്ദൻചരിതം, കളീയ്ക്കൽ പാച്ചനാശാൻ
67. കെ. എസ്സ് ഉണ്ണിത്താൻ, ചെട്ടികുളങ്ങരക്ഷേത്രം - മാഹാത്മ്യവും ഐതിഹ്യവും. പേജ്: 134-35, 1993
68. സ്വാഹാപരിണയം, ഒന്നാംപാദം
69. ദേവീമാഹാത്മ്യം, നലാംപാദം
70. ശാകുന്തളം പാട്ട്, കുമ്മി
71. കല്യാണസൗഗന്ധികം
72. വെണ്മണികൃതികൾ, ഡി.സി.ബുക്സ്, 1981
73. മാടശേരി മാധവവാര്യർ, കുഞ്ചൻവരെ, മനോരമകമ്പനി, പേജ് 170, 1962
74. കിരാതം പാട്ട്
75. മീനത്തതിൽ കേശവപിള്ള
76. ദക്ഷയാഗം പാട്ട്
77. ദേവീമഹാത്മ്യം, ഏഴാംപാദം
78. ഡി. നാരായണപിള്ള ആശാൻ (ആവേ.)
79. ഡി. നാരായണപിള്ള ആശാൻ (ആവേ.)
80. ശശികുമാർ കൈപ്പള്ളിൽ (ആവേ.)
81. സനൽകുമാർ ഏവൂരേത്ത് (ആവേ.)
82. സനൽകുമാർ ഏവൂരേത്ത് (ആവേ.)
83. സനൽകുമാർ ഏവൂരേത്ത് (ആവേ.)
84. സനൽകുമാർ ഏവൂരേത്ത് (ആവേ.)

www.ingramcontent.com/pod-product-compliance
Lightning Source LLC
LaVergne TN
LVHW060422051026
849518LV00007B/2670
9788119770441